ഒരു സ്വാദു നോട്ടക്കാരന്റെ ഭക്ഷണപര്യവേക്ഷണങ്ങൾ

(രണ്ടു ലഘു നോവലുകൾ)

oru swad nottakkarante bhakshana parivekshangal
novel

•

vinu abraham

•

first chintha edition
march 2018

•

typesetting
dbh overbridge tvpm

•

published
chintha publishers, thiruvananthapuram

•

cover
ambish

വിതരണം

ദേശാഭിമാനി ബുക്ക് ഹൗസ്
H O തിരുവനന്തപുരം-695 035
phone: 0471-2303026, 6063026
www.chinthapublishers.com
chinthapublishers@gmail.com

ബ്രാഞ്ചുകൾ

ഹെഡ്ഡാഫീസ് ബ്രാഞ്ച് കുന്നുകുഴി • സ്റ്റാച്യു തിരുവനന്തപുരം • കെ എസ് ആർ ടി സി ബസ് സ്റ്റേഷൻ ആലപ്പുഴ • കെ എസ് ആർ ടി സി ബസ് സ്റ്റേഷൻ എറണാകുളം • മച്ചിങ്ങൽ ലെയിൻ തൃശൂർ • ഐ ജി റോഡ് കോഴിക്കോട് • മാവൂർ റോഡ് കോഴിക്കോട് • എൻ ജി ഒ യൂണിയൻ ബിൽഡിങ് കണ്ണൂർ • സെൻട്രൽ ബസ് ടെർമിനൽ കോംപ്ലക്സ് താവക്കര കണ്ണൂർ

CO - 2831 / 4572
ISBN - 978-93-87842-01-7

ഒരു സ്വാദു നോട്ടക്കാരന്റെ ഭക്ഷണപര്യവേക്ഷണങ്ങൾ

(രണ്ടു ലഘു നോവലുകൾ)

വിനു ഏബ്രഹാം

ചിന്ത പബ്ലിഷേഴ്സ്
തിരുവനന്തപുരം-695 035

വിനു ഏബ്രഹാം

പത്തനംതിട്ട ജില്ലയിലെ നെടുങ്ങാടപ്പള്ളി സ്വദേശി. മോടയിൽ പരേതരായ ഏബ്രഹാം വർഗ്ഗീസിന്റെയും സൂസന്റെയും മകൻ.

ദ വീക്ക് വാരികയുടെ കേരള ലേഖകനായി രണ്ട് പതിറ്റാണ്ടുകൾ പ്രവർത്തിച്ചു. ഏഴ് കഥാസമാഹാരങ്ങളും അഞ്ച് നോവലുകളുമുൾപ്പെടെ പതിനെട്ട് പുസ്തകങ്ങൾ പ്രസിദ്ധീകരിച്ചിട്ടുണ്ട്. ഇപ്പോൾ ചലച്ചിത്ര തിരക്കഥാ രംഗത്തും പ്രവർത്തിക്കുന്നു. *നഷ്ടനായിക* എന്ന നോവലാണ് കമൽ സംവിധാനം ചെയ്ത വിഖ്യാത സിനിമയായ *സെല്ലുലോയ്ഡിന്റെ* കഥാവലംബം. *നിലാവിന്റെ നഖങ്ങൾ* എന്ന കഥാസമാഹാരത്തിന് സ്റ്റേറ്റ് ബാങ്ക് ഓഫ് ട്രാവൻകൂറിന്റെ മികച്ച കഥാസമാഹാരത്തിനുള്ള പുരസ്കാരവും *ഗബ്രിയേലാ സബാറ്റിനി ജീവിതം എഴുതുമ്പോൾ* എന്ന കഥാസമാഹാരത്തിന് മികച്ച കഥയ്ക്കുള്ള പ്രേംജി പുരസ്കാരവും *തോറ്റവരുടെ തീൻഗൃഹം* എന്ന കഥയ്ക്ക് കെ എ കൊടുങ്ങല്ലൂർ പുരസ്കാരവും ലഭിച്ചു. *പറുദീസ* സിനിമയ്ക്ക് മികച്ച തിരക്കഥയ്ക്കുള്ള മെക്സിക്കോ അന്താരാഷ്ട്ര ചലച്ചിത്രമേളയുടെ പുരസ്കാരവും *ആൻ എൻകൗണ്ടർ വിത്ത് ഏ ലൈഫ് ലിവിങ്* എന്ന ഹ്രസ്വചിത്രത്തിന്റെ നിർമ്മാതാവെന്ന നിലയിൽ മികച്ച പ്രഥമ ഹ്രസ്വ ചിത്രത്തിനുള്ള ദേശീയ ചലച്ചിത്ര പുരസ്കാരവും നേടിയിട്ടുണ്ട്. മികച്ച ഇംഗ്ലീഷ് പത്രപ്രവർത്തനത്തിനുള്ള നിരവധി പുരസ്കാരങ്ങൾ നേടിയിട്ടുണ്ട്. കേരള സാഹിത്യ അക്കാദമി ജനറൽ കൗൺസിൽ അംഗമായും കേരള സംസ്ഥാന ടെലിവിഷൻ ജൂറി അംഗമായും കേരള സർവ്വകലാശാല ബോർഡ് ഓഫ് സ്റ്റഡീസ് (ജേർണലിസം) അംഗമായും പ്രവർത്തിച്ചിട്ടുണ്ട്.

ഭാര്യ : സുജ
മക്കൾ : ഭുവൻ, റെയ്ൻ
വിലാസം : KRWA- 178 D
ധന്വന്തരീയം, കാവല്ലൂർ ലെയ്ൻ
വട്ടിയൂർക്കാവ്- P O
തിരുവനന്തപുരം-13
mob : 9400073529
email : vinuabraham 1966 @gmail.com

ഉള്ളടക്കം

സമർപ്പണം

എന്റെ ജീവിതത്തിലിന്നോളം എനിക്ക്
വിശന്നിട്ടുള്ളപ്പോൾ നല്ല ഭക്ഷണം
തന്ന് തൃപ്തിപ്പെടുത്തിയിട്ടുള്ള
എല്ലാ മനുഷ്യർക്കും

പ്രസാധകക്കുറിപ്പ്

സമൂഹത്തെ അസ്വസ്ഥമാക്കുന്ന ഇടങ്ങളിലാണ് വിനു ഏബ്രഹാമിന്റെ ഭാവന കിളിർക്കുന്നത്. ഭക്ഷണം ഇന്നൊരു രാഷ്ട്രീയ പ്രശ്നമായി ഉയർന്നു വന്നിരിക്കുന്നു. മനുഷ്യന്റെ ജീവൻ നിലനിർത്താൻ അവശ്യം വേണ്ട വസ്തുക്കൾ പോലും സാംസ്കാരിക രാഷ്ട്രീയത്തിന്റെ പ്രയോഗ സ്ഥലികളായി മാറുമ്പോൾ അതിശക്തമായ കുതറലാണ്, ഉറച്ച പരിഹാസമാണ് വിനു ഏബ്രഹാമിന്റെ ഈ ലഘുനോവലുകൾ.

ചിന്ത പബ്ലിഷേഴ്സ്

ഭക്ഷണത്തോടുള്ള പ്രണയത്തിന്റെയത്രയും
ആത്മാർത്ഥയുള്ള മറ്റൊരു പ്രണയവും
ഈ ലോകത്തില്ല

- ജോർജ് ബെർണാഡ് ഷാ

അവതാരിക

ഭക്ഷണമില്ലാത്തതുകൊണ്ട് മരിക്കുന്നവർ എന്ന അതിദരിദ്രവിഭാഗത്തിനൊപ്പം, സ്വന്തം ഭക്ഷണം കഴിക്കുന്നതിനാൽമാത്രം കൊല്ലപ്പെടുന്നവർ എന്ന ഒരു പുതിയ വിഭാഗവും ഇന്ന് ഇന്ത്യാചരിത്രത്തിന്റെ ഭാഗമായി മാറിയിരിക്കുന്നു. 'മരിക്ക സാധാരണമീവിശപ്പിൻ മരിക്കലോ നമ്മുടെ നാട്ടിൽമാത്രം' എന്ന് മുമ്പ് വള്ളത്തോൾ എഴുതിയെങ്കിൽ; ഇന്ന് അതോടൊപ്പം, ഒരു പ്രത്യേക ഭക്ഷണം കഴിച്ചതിന്റെ മാത്രം പേരിൽ മരണശിക്ഷയ്ക്ക് വിധേയമാകുന്ന മനുഷ്യരെക്കുറിച്ചുകൂടി പുതിയ കാലത്തെ കവികൾ എഴുതാൻ നിർബ്ബന്ധിതമാവുന്നു. *ഒരു സ്വാദുനോട്ടക്കാരന്റെ ഭക്ഷണപര്യവേക്ഷണങ്ങൾ* എന്ന വിനു ഏബ്രഹാമിന്റെ ലഘുനോവൽ, അത്തരമൊരവസ്ഥക്കെതിരായ സർഗ്ഗസമരത്തിന്റെ സത്യവാങ്മൂലമാണ്. സാമാന്യബോധമായി മാറിയ അധികാരവ്യവസ്ഥക്കെതിരായ സൂക്ഷ്മപ്രതിരോധമെന്ന നിലയിലാണ് വിനു ഏബ്രഹാമിന്റെ നോവൽ, സമകാലിക ആവിഷ്കാരങ്ങൾക്കിടയിൽ ശ്രദ്ധേയമായി തീരുന്നത്. ശിഥിലമാവുന്ന മനുഷ്യബന്ധങ്ങളുടെ ആഴമാണ്, പങ്കശാപ്പ് എന്ന ആശയപ്രയോഗത്തിലൂടെ നോവലിസ്റ്റ് അന്വേഷിക്കുന്നത്. ഊട്ടി ഉറപ്പിക്കാൻപോലും കഴിയാതാവുന്ന വിധത്തിൽ, അടുപ്പങ്ങൾക്കിടയിൽ അറിയാതെ വളർന്നുകൊണ്ടിരിക്കുന്നത് അകൽച്ചകളുടെ മുരൾച്ചകളാണ്.

ഹൃദയത്തിൽ സ്പർശിക്കാനാവാതെ പോവുന്ന സുഷിരങ്ങൾവീണ സംഭാഷണങ്ങളും, എന്തിനെന്നറിയാത്ത തിരക്കും, പണത്തിലൊഴിച്ച് മറ്റൊന്നിലും പുളകംകൊള്ളാനാവാത്ത മാനസികാവസ്ഥയും മനുഷ്യപ്പറ്റെന്തെന്നറിയാത്ത നിയമവും പൊളിച്ചടുക്കുന്നത് മനുഷ്യത്വത്തെയാണ്. ഒത്തുചേരലും സൗഹൃദവുംപോലും കുറ്റകൃത്യമാവുന്നൊരു രുധിരകാലമാണ്, നോവലിന്റെ വിചാരണയ്ക്ക് വിധേയമാവുന്നത്. സമ്പന്നതകൾക്കിടയിലെ ദാരിദ്ര്യത്തെയല്ല, അതിനേക്കാൾ ഭീകരമായൊരു

ശൂന്യതയെയാണ് നോവൽ സൂക്ഷ്മമായി പിന്തുടരുന്നത്. പട്ടിണിയായ മനുഷ്യനോട് പുസ്തകം കൈയിലെടുക്കാൻ പറയാൻ കഴിയുംവിധമുള്ള ഒരു സമരോത്സുകപ്രതീക്ഷ മുമ്പുണ്ടായിരുന്നു. എന്നാൽ ആഗോള വല്ക്കരണാനന്തര കാലത്തിന്റെ മുറിവിന് മരുന്നാവാൻ പുസ്തകത്തിന് ആവില്ലെന്ന, ഉള്ളം തകർക്കുന്ന തിരിച്ചറിവാണ്; മനുഷ്യരുടെ പ്രതീക്ഷ കൾകൂടി ഭക്ഷിച്ചാണ് മൂലധനശക്തികൾ വ്യാജസ്വപ്നങ്ങൾ അവർക്കു മേൽ അടിച്ചേല്പിക്കുന്നതെന്ന നടുവൊടിക്കുന്ന നടുക്കമാണ് നോവ ലിൽ ഒരു നിലവിളിയോടെ നിറയുന്നത്. മനുഷ്യരെ മനുഷ്യരാവാൻ അനു വദിക്കാത്ത സർവ്വ അല്പത്തരങ്ങൾക്കുമെതിരെയുള്ള കലഹമാണ് *ഒരു സ്വാദുനോട്ടക്കാരന്റെ ഭക്ഷണപര്യവേക്ഷണങ്ങളെ* കരുത്തുറ്റതാക്കുന്നത്. ഭക്തിപ്രസ്ഥാനവും നവോത്ഥാനവും, കർഷകരും തൊഴിലാളികളും നിർവ്വഹിക്കുന്ന ഇടപെടലുകളും ഉഴുതുമറിച്ചിട്ടും, ഒരുതരം പ്രച്ഛന്ന ആഭി ജാത്യത്തോട് ഇന്നും മദ്ധ്യവർഗ്ഗമലയാളി സമൂഹത്തിന് കണക്ക് തീർക്കാൻ കഴിഞ്ഞിട്ടില്ല.

'ആഭിജാത്യധ്വംസനസഭ' എന്ന പേരിൽ സവർണ്ണ സമൂഹത്തിൽ നിന്നുതന്നെ ഒരു സംഘടനപോലും കേരളത്തിൽ രൂപംകൊള്ളുകയു ണ്ടായി. എന്നിട്ടും തറവാട്ട് മഹിമാബോധം നമ്മെ സാംസ്കാരികമായി എവ്വിധം തളർത്തുന്നുവെന്ന്, വിനു ഏബ്രഹാമിന്റെ നോവൽ ബോദ്ധ്യ പ്പെടുത്തും. ഒത്തുചേരൽ അസാദ്ധ്യമാക്കുംവിധം ഒളിച്ചുകളിക്കുന്ന ഒരു തീപിടിച്ച കാലമാണ്, പേരിടാനാവാത്ത ഒരദൃശ്യസാന്നിദ്ധ്യമായി നോവ ലിൽ ഭീമാകാരമാർജ്ജിക്കുന്നത്. ലാഭനഷ്ടങ്ങൾക്കിടയിൽ ചിതറുന്ന ആഗോള ജീവിതമാതൃകക്കെതിരെ, നിസ്സഹായനായൊരു മനുഷ്യൻ നിർവ്വഹിക്കുന്ന ചെറുത്തുനില്പിന്റെ പരാജയത്തെയാണ്, നോവലിലെ കേന്ദ്രകഥാപാത്രമായ കൊച്ചുമ്മന്റെ ജീവിതം പ്രതിനിധീകരിക്കുന്നത്. എന്നാൽ മാനവിക മൂല്യങ്ങൾക്ക് വീര്യവിസ്മയങ്ങളുടെ ഉണർവ്വ് നല്കു ന്നത് കൊച്ചുമ്മന്റെ ആ പരാജയം മാത്രമാണെന്നതാണ്, നോവലിന് ഉൾക്കരുത്തേകുന്നത്. തെറ്റായ വഴികളിലൂടെയുള്ള വിജയത്തേക്കാൾ, ശരിയായ വഴികളിൽ സംഭവിക്കുന്ന പരാജയങ്ങൾ തന്നെയാണ് ശ്രേഷ്ഠം എന്ന അത്ര പുതുതല്ലാത്ത എന്നാൽ എന്നും പുതിയതായ തത്ത്വമാണ്, നോവലിൽ അനുഭൂതിയായി തളിർക്കുന്നത്. മനു ഷ്യത്വസ്വാദിന്റെ മധുരവും നിർവൃതിയുമാണ് *ഒരു സ്വാദുനോട്ടക്കാരന്റെ ഭക്ഷണ പര്യവേക്ഷണങ്ങൾ* ജനാധിപത്യത്തിന് വെട്ടേറ്റുകൊണ്ടിരി ക്കുന്ന ഒരു കാലത്തിന്റെ നടുവിൽനിന്നും കണ്ടെടുക്കുന്നത്.

> കേരളത്തിലെ ഒരു തീവണ്ടിയാത്രയ്ക്കിടയിൽ, യാദൃച്ഛികമായി രണ്ട് കമ്പനി എക്സിക്യൂട്ടീവുകളായ ചെറുപ്പക്കാരുടെ സംഭാ ഷണം കേൾക്കാനിടയായി. സംഭാഷണത്തിനിടയിൽ, ഒരു കോളാ ക്കമ്പനി എക്സിക്യൂട്ടീവെന്ന് എനിക്ക് മനസ്സിലായ ചെറുപ്പക്കാ രൻ അപരനോട് പറയുന്നു, ഭൂമിയിൽ ആരും പച്ചവെള്ളം കുടി

ക്കാനില്ലാത്ത ഒരു കാലം വരണം, പകരം എല്ലാവരും ഞങ്ങളുടെ കോള കുടിക്കണം. ഇതാണ് കമ്പനിയുടെ അൾട്ടിമേറ്റ് ടാർജറ്റ്. പച്ചവെള്ളത്തേക്കാൾ നല്ലത് കോളയാണെന്ന് കരുതി അത് മാത്ര മുപയോഗിക്കുന്ന കാലം വരണം. എന്റെ ജീവിതത്തിൽ ഞാൻ കേട്ടിട്ടുള്ളതിൽവെച്ച് ഏറ്റവും നരകീയവും പൈശാചികവുമായ ഏതാനും വാക്കുകളായിരുന്നു അത്. ഭൂമിയിലെ എല്ലാ ജൈവിക തയേയും നശിപ്പിച്ച്, ജീവിതത്തെത്തന്നെ ഒരു കൃത്രിമവ്യവഹാ രമാക്കുന്ന പൈശാചികമായ കമ്പോളവ്യവസ്ഥയുടെ ആക്രോ ശവും ആർത്തിയും ഞാനാ വാക്കുകളിൽ കേട്ടു. തുടർന്നുള്ള ദിനങ്ങൾ ഞാനനുഭവിച്ചുകൊണ്ടിരുന്ന അസ്വസ്ഥതയിലേക്ക്, എങ്ങനെയെന്ന് അറിഞ്ഞുകൂടാ, ഒരു മഹാനഗരത്തിലെ ആ ശീത ക്കാറ്റ് ആഞ്ഞുവീശാൻ തുടങ്ങി. കൃത്യമായ ഒരു കഥയും കഥാ പാത്രങ്ങളും ഉത്ഭവംകൊള്ളാൻ തുടങ്ങി. *അതിഥി ദേവോ ഭവ:* അങ്ങനെ പിറന്നു. (*കൊടും ശീതക്കാറ്റുകൾ വീശുമ്പോൾ:* ഓർമ്മ/ വിനു ഏബ്രഹാം)

ജീവജലം വെറും 'കോളജലം' ആവുന്ന വിപര്യയമാണ്, ഉൾക്കിടി ലമുണ്ടാക്കുംവിധം *അതിഥി ദേവോ ഭവഃ* ആവിഷ്കരിക്കുന്നത്. "പുണ്യ ശാലിനീ നീ പകർന്നിടുമീ തണ്ണീർതന്നുടെയോരോരോ തുള്ളിയും നിന്നുടെ അന്തരാത്മാവിലർപ്പിക്കുന്നുണ്ടാവാം ആയിരമായിരം സുകൃത ഹാരങ്ങൾ" എന്ന് കുമാരനാശാൻ ഹൃദ്യമാംവിധം സാക്ഷ്യപ്പെടുത്തിയ ആ തണ്ണീരാണ്, ചന്തയിൽ വെറുമൊരു വിപണനവസ്തു മാത്രമായി തുലയുന്നത്. ആഗോളവല്ക്കരണം കടന്നുവരുന്നതിനും എത്രയോമുമ്പെ ഴുതപ്പെട്ട കിഷൻചന്ദിന്റെ *മണൽക്കൊട്ടാരം* എന്ന നോവലിലാണ്, വെള്ളംവില്പനയുടെ കഴുകൻ കൊക്കുകൾ ഞാനാദ്യം കണ്ടത്. തീവണ്ടി മരുഭൂമിയിൽ നിന്നുപോയപ്പോൾ, ആ സന്ദർഭം കുടിവെള്ളം വില്പനയ്ക്കുള്ള ഒന്നാന്തരം സന്ദർഭമായി തീരുകയായിരുന്നു. അന്ന് നെഞ്ചിടിപ്പോടെയാണ് ആ നോവൽ വായിച്ചു തീർത്തത്. എത്രയോ വർഷ ങ്ങൾക്കുശേഷം, *അതിഥി ദേവോ ഭവഃ* വായിക്കുമ്പോഴും സമാനമാ യൊരനുഭവമാണ്, ഒരുപക്ഷേ അതിലും തീവ്രമായി അനുഭവിക്കുന്നത്. പുറത്തും അകത്തും രൂപംകൊള്ളുന്ന വരൾച്ചയാണ്, സാദ്ധ്യതതന്നെ ബാദ്ധ്യതയാകുന്നൊരവസ്ഥയാണ്, പ്രകൃതിയുടെ ഭാഗമായിരിക്കെ, പ്രകൃ തിയിൽനിന്നും വലിച്ചെറിയപ്പെടുന്ന പിടച്ചിലാണ് നോവൽ പങ്കുവെക്കു ന്നത്. *അതിഥി ദേവോ ഭവഃ* എന്ന പഴയ സൂക്തം, ബ്രാഹ്മണരൊഴിച്ച് മറ്റാർക്കും സ്വാഗതമാശംസിക്കുന്നില്ലെന്ന ചരിത്രസത്യമോർത്താൽ; നോവലിന്റെ പേരുതന്നെ, അതിന്റെ പൊരുളാവുന്നത് തിരിച്ചറിയാനാവും!

കെ ഇ എൻ

മുന്നുര

ഈ ലോകത്ത് മനുഷ്യർ രണ്ട് തരമാണ്. ജീവിക്കാൻ വേണ്ടി ഭക്ഷണം കഴിക്കുന്നവരും ഭക്ഷണം കഴിക്കാൻ വേണ്ടി ജീവിക്കുന്നവരും. ഞാൻ രണ്ടാമത്തെ ഗണത്തിപ്പെടാൻ ആഗ്രഹിക്കുന്നയാളാണ്. എന്നാൽ, പല വിധ ജീവിത സാഹചര്യങ്ങളാലും അതിന് സാധിക്കുന്നില്ല എന്നു മാത്രം. ഒരുപക്ഷേ, ഭൂരിപക്ഷം മനുഷ്യരേയും പോലെ തന്നെ.

ഭക്ഷണം എന്നത് മനുഷ്യരാശി കണ്ടെത്തിയിട്ടുള്ള ഏറ്റവും മികച്ച കലകളിലൊന്നാണ്. പാചകവും പിന്നെ ആസ്വാദനവും ചേരുന്ന ഉദാത്തമായ കല. അതേസമയം, ദിവസം ഒരു നേരമെങ്കിലും അത്യാവശ്യം ഭക്ഷണംപോലും കിട്ടാനില്ലാതെ കോടാനുകോടികൾ ഈ ഭൂമിയിൽ ഉഴറുമ്പോൾ ഭക്ഷണം ഏറ്റവും വലിയ രാഷ്ട്രീയവുമായി തീരുകയാണ്. അതിനുമപ്പുറം, വൻകിട അധീശ ശക്തികളുടെ കൈയിൽ ഭക്ഷണം അനവധി ജനതകളെയും സംസ്കാരങ്ങളെയും കീഴടക്കാനുള്ള സൂക്ഷ്മമായ രാഷ്ട്രീയായുധവും ആയിത്തീരുകയാണ്.

ചുരുക്കത്തിൽ ഭക്ഷണം എന്നത് അമ്പരപ്പിക്കുന്നതും അതിസങ്കീർണ്ണവുമായ ഒരു ബ്രഹദാഖ്യായികയാണ്. എത്രയോ മനനം ചെയ്യപ്പെടേണ്ടതും എഴുതേണ്ടതുമായ ഒരു മഹാഖ്യായിക. കൃത്യമായ ആ തിരിച്ചറിവോടെ തന്നെയാണ്, ഭക്ഷണം എന്ന ഭൂമികയിലെ രണ്ട് ലഘു ആഖ്യാനങ്ങൾ ഞാനെഴുതിയത്.

ചില പ്രത്യേക പ്രചോദനങ്ങൾ പാകമായപ്പോൾ, എഴുതിയേ തീരു എന്ന ഘട്ടമെത്തിയപ്പോൾ എഴുതിയ രണ്ട് ലഘുനോവലുകളാണിവിടെയുള്ളത്. നാട്ടുരുചികൾ തിരിച്ച് പിടിക്കാൻ ശ്രമിക്കുന്ന ഒരു മനുഷ്യന്റെ

ആഖ്യാനമാണ് *ഒരു സ്വാദ് നോട്ടക്കാരന്റെ ഭക്ഷണപര്യവേഷണങ്ങൾ* എന്ന നോവലിലുള്ളത്. *മാധ്യമം* ആഴ്ചപ്പതിപ്പിൽ, 2013 ൽ ഖണ്ഡശ: വന്ന ആ കൃതിക്ക്, ചില ഭക്ഷണങ്ങളുടെ പേരിൽ മനുഷ്യർ വധിക്കപ്പെട്ടുക്കൊണ്ടിരിക്കുന്ന പുതിയകാല ഭാരതത്തിൽ അധികമാനങ്ങൾ ലഭിക്കുന്നുണ്ട് എന്ന് എനിക്ക് തോന്നുന്നു. അതേപോലെ തന്നെ, ആ നോവലിന്റെ ഭാഗം തന്നെയായ ആമുഖവും.

അതിഥി ദേവോ ഭവ: എന്ന രണ്ടാമത്തെ നോവൽ രണ്ട് കോളക്കമ്പനികൾ ചേർന്ന് ഒരു രാജ്യത്തെ ബന്ദിയാക്കുന്നതിന്റെ ആഖ്യാനവും കൂടിയാണ്. ഈ നോവൽ എഴുതുന്ന കാലത്ത് പ്ലാച്ചിമടയിൽ കൊക്കോകോളയുടെ ഒരു ഫാക്ടറി ഉണ്ടെന്നോ പ്ലാച്ചിമട എന്ന ഒരു സ്ഥലമുണ്ടെന്നോ പോലും എനിക്കറിഞ്ഞുകൂട. സത്യത്തിൽ 99.99% മലയാളികൾക്കും അക്കാലത്ത് അതിനെപ്പറ്റിയൊന്നും അറിവില്ലായിരുന്നു എന്ന് തന്നെയാണ് എനിക്ക് ഉറപ്പായിട്ടും തോന്നുന്നത്. എന്റെ ബോംബെ ജീവിതകാലത്തെ ചില സ്മരണകളും യാദൃശ്ചികമായ ഒരു തീവണ്ടിയാത്രയിൽ വച്ച് ഒരു കോളാക്കമ്പനി എക്സിക്യൂട്ടീവിൽനിന്ന് കേൾക്കാനിടയായ ചില വർത്തമാനങ്ങളും ചേർന്നാണ് ഞാൻ ഈ കൃതിയിലേക്ക് എത്തുന്നത്.

ദേശാഭിമാനി വാരികയിൽ രണ്ട് ലക്കങ്ങളിലായാണ് ഈ ലഘുനോവൽ പ്രസിദ്ധീകരിച്ച് വന്നത്. ഇവിടെ ചരിത്രത്തിന്റെ അമ്പരപ്പിക്കുന്ന ഒരു യാദൃച്ഛികത സംഭവിക്കുന്നു. 2000 ഏപ്രിൽ 22 നാണ് ലഘുനോവലിന്റെ ആദ്യഭാഗം അടങ്ങുന്ന *ദേശാഭിമാനി* വാരിക പുറത്തിറങ്ങിയത്. അതേ ദിവസം തന്നെയായിരുന്നു പ്ലാച്ചിമടയിലെ കൊക്കോകോള ഫാക്ടറിക്ക് മുമ്പിൽ തദ്ദേശവാസികൾ ഫാക്ടറിക്കെതിരേയുള്ള പ്രക്ഷോഭവും തുടങ്ങുന്നത്. പിന്നീട്, ഏതാണ്ട് ഒരു മാസത്തിനുശേഷമാണ് സത്യത്തിൽ പ്രമുഖ പരിസ്ഥിതി ശാസ്ത്രജ്ഞനായ ഡോ. സതീഷ് ചന്ദ്രൻ പറഞ്ഞ് ഞാൻ ആദ്യമായി പ്ലാച്ചിമട കൊക്കോകോള ഫാക്ടറിയെക്കുറിച്ച് കേൾക്കുന്നതും പ്ലാച്ചിമട സന്ദർശിച്ച് ഞാൻ അന്ന് പണിയെടുത്തിരുന്ന *ദ വീക്ക്* വാരികയിൽ അവിടത്തെ പ്രശ്നങ്ങളെക്കുറിച്ചും സമരത്തെക്കുറിച്ചും ഒരു റിപ്പോർട്ട് പ്രസിദ്ധീകരിക്കുന്നതും. എന്തായാലും എഴുതിയതും പ്രസിദ്ധീകരിച്ചതുമായ കാലത്തേക്കാൾ പിന്നീട് ഈ ലഘുനോവലിന്റെ പ്രസക്തി കൂടുതൽ കാതലുള്ളതായിത്തീർന്നു എന്ന് തന്നെയാണ് എന്റെ തോന്നൽ.

ഹരിതം ബുക്സ് രണ്ട് ലഘുനോവലുകളും ചേർത്ത് ഒരു പുസ്തകമായി പ്രസിദ്ധീകരിച്ച് ഏറെ വർഷങ്ങൾ കഴിഞ്ഞാണ് ചിന്ത പബ്ലിഷേഴ്സ് അതിന്റെ പുതിയ പതിപ്പ് പ്രസിദ്ധീകരിക്കുന്നത് എന്നത് ആ തോന്നലിനെ സാധൂകരിക്കുന്നു എന്ന് ഞാൻ വിശ്വസിക്കുന്നു. ഭക്ഷ്യപേയങ്ങളുടെ അധിനിവേശവും പ്രതിരോധവുമെല്ലാം ഇന്ന് പഴയകാലത്തേക്കാൾ എത്രയോ മടങ്ങ് രാഷ്ട്രീയാഖ്യാനങ്ങളാണ്!

മലയാളത്തിലെ ആദ്യത്തെ ഭക്ഷണം പ്രമേയമായ നോവൽ എന്ന് ഇതിനോടകം കുറേ സൂക്ഷ്മദൃക്കുകളായ അനുവാചകർ വിശേഷിപ്പിച്ചിട്ടുള്ള *ഒരു സ്വാദ് നോട്ടക്കാരന്റെ ഭക്ഷണപര്യവേക്ഷണങ്ങൾ* എന്ന ഈ കൃതിക്ക് ഇങ്ങനെ ഒരു പുതിയ പതിപ്പ് ഇറക്കാൻ മുന്നോട്ട് വന്ന ചിന്ത പബ്ലിഷേഴ്സിന്റെ സാരഥികൾക്ക് ഏറെ നന്ദി. ഒപ്പം ഈ പുസ്തകത്തിന് ഉചിതമായ ഒരവതാരിക എഴുതിയ ശ്രീ. കെ ഇ എന്നിനും നിറഞ്ഞ നന്ദി.

വിനു ഏബ്രഹാം

ആമുഖം

ഇന്ത്യൻ ശിക്ഷാ നിയമപ്രകാരം കുറ്റകരമാകാവുന്ന (സമീപ ഭാവിയിൽ) ഒരു പാചകക്കുറിപ്പ്.

നാടൻ ഇറച്ചി ഉലർത്ത്

എളുപ്പം വേകുന്ന മാട്ടിറച്ചി	- അര കിലോ
വെളിച്ചെണ്ണ	- അര കപ്പ്
തേങ്ങാ ഉലർത്തിറച്ചിക്ക് അരിയുന്നതുപോലെ ചെറുതായി അരിഞ്ഞത്	- അര കപ്പ്
മഞ്ഞൾപ്പൊടി	- അര ടീസ്പൂൺ
വിനാഗിരി	- ഒരു വലിയ സ്പൂൺ
ഉപ്പ്	- അര ടീസ്പൂൺ
ചെമന്നുള്ളി നീളത്തിലരിഞ്ഞത് (അല്ലെങ്കിൽ സവാള)	- കാൽ കപ്പ്
ഇഞ്ചി നീളത്തിലരിഞ്ഞത്	- ഒരു ടീസ്പൂൺ
വെളുത്തുള്ളിയല്ലി	- പത്തെണ്ണം
കടുക്	- അര ടീസ്പൂൺ

പാക വിധി:

തേങ്ങാക്കൊത്ത്, മഞ്ഞൾപ്പൊടിയും ഉപ്പും ചേർത്ത് ചെറുതീയിൽ കാഞ്ഞ ചീനച്ചട്ടിയിൽ ഇട്ട് അല്പം മസാലപ്പൊടി വെള്ളത്തിൽ കുതിർത്ത് കൂടെ ചേർക്കുക. വെള്ളം വാർന്നടങ്ങുമ്പോൾ വെളിച്ചെണ്ണ ഒഴിച്ച് ചെമക്കെ മൂപ്പിക്കണം.

അരിഞ്ഞു വച്ചിരിക്കുന്ന പച്ചമസാലകൾ ഒഴികെയുള്ള ചേരുവകൾ ഒന്നിച്ച് ചേർത്ത് ഇറച്ചി വളരെ മയത്തിൽ വേവിക്കുക. മുക്കാൽ വേവാകുമ്പോൾ പച്ച മസാലകൾ ചേർക്കുക. പാത്രം മൂടി ഇറച്ചി ശരിക്കും വെള്ളം വറ്റുമ്പോൾ വാങ്ങി വയ്ക്കുക.

എണ്ണ ചൂടാകുമ്പോൾ കടുകിട്ട് പൊട്ടിയാലുടൻ സവാള ചേർത്ത് മൂപ്പിക്കുക. ഇതിൽ ഇറച്ചി കുടഞ്ഞിട്ട് ഉലർത്തുക, വെള്ളം ശരിക്ക് വറ്റി ഇറച്ചി മൂത്ത് ചേരുവകൾ ഇറച്ചിയിൽ പൊതിഞ്ഞിരിക്കുമ്പോൾ വാങ്ങി ചൂടോടെ ഉപയോഗിക്കുക.

സ്വാദ് വർദ്ധനയ്ക്ക്:

അറുപതുകളിലും എഴുപതുകളിലും യേശുദാസ് പാടിയ, ജയചന്ദ്രൻ ഏതുകാലത്തും പാടിയ പ്രേമഗീതങ്ങൾ കേൾക്കു. മഴക്കാലമാണെങ്കിൽ മഴയെ കേട്ടാലും മതി.

ഭക്ഷിക്കുന്നത് അല്പം മുമ്പേ പാറപ്പുറത്തിന്റെ ഏതെങ്കിലും ഓണാട്ടുകര രചനകൾ വായിക്കുക.

ഏറെ വിശിഷ്ടം:

മനസ്സിൽ തികഞ്ഞ ആഗോളവല്ക്കരണ വിരുദ്ധതയും മാർക്സിയൻ നന്മകളും മതേതരത്വവും ഉൾക്കൊള്ളുക. എങ്കിൽ ദഹനം എളുപ്പമായി.

ഒരു സ്വാദു നോട്ടക്കാരന്റെ ഭക്ഷണപര്യവേക്ഷണങ്ങൾ

ക്രിസ്മസിന് ഒരാഴ്ച മുമ്പ് ഒരു കൊച്ചുവെളുപ്പാൻകാലത്തെ ഉറക്കത്തിലാണ് കൊച്ചുമ്മച്ചന് വെളിപാട് പോലെ ആ സ്വപ്നം ഉണ്ടായത്.

സ്വപ്നത്തിൽ കൊച്ചുമ്മച്ചൻ പത്തുവയസ്സുള്ള ഒരു ബാലനായിരുന്നു. കൊച്ചുമ്മച്ചന്റെ കൈയിൽ ഒരറവ് കത്തി. കത്തി ചാണക്കല്ലിൽ ഉരച്ച് മൂർച്ച വരുത്തിയിട്ടുണ്ട്. കൊച്ചുമ്മച്ചൻ കത്തിയുടെ വായ്ത്തല സ്നേഹവായ്പോടെ മൃദുലമായ സ്വന്തം കവിളുകളിലുരസുന്നു. അപ്പോൾ അധരങ്ങളിൽ സംതൃപ്തമായ പുഞ്ചിരി.

പിന്നെ കാണുന്നത്, കൊച്ചുമ്മച്ചൻ സ്വന്തം പുരയിടത്തിലെ ഒരൊഴിഞ്ഞ കോണിൽ ആ കത്തി ഉപയോഗിച്ച് ഒരു കാളയുടെ ഇറച്ചി എല്ലുകളിൽനിന്ന് വാർന്നെടുക്കുന്നതാണ്. അറക്കപ്പെട്ട കാളയുടെ തോലിൽതന്നെ നിലത്ത് ഇറച്ചി വിതാനിച്ചിരിക്കുന്നു. ചുറ്റുപാടും ബന്ധുക്കളും കൂട്ടുകാരും ഒക്കെയുണ്ട്.

ഉപ്പാപ്പന്റെ മകൻ സണ്ണിക്കുട്ടിയും കൊച്ചുമ്മച്ചന്റെ അനിയൻ ഫിലിപ്പുകുട്ടിയും തേക്കിലയിൽ ഇറച്ചി ആവശ്യക്കാർക്ക് എടുത്തുകൊടുക്കുന്നു. ഇറച്ചി വാർന്നെടുക്കുന്നതിനിടയിലും ഇലകൾ പൊതിഞ്ഞു കൊടുക്കുന്നതിനിടയിലും ആരൊക്കെയോ പല തമാശകൾ പറയുന്നു. പൊട്ടിച്ചിരിക്കുന്നു. ആകപ്പാടെ ഒരു പെരുന്നാളിന്റെ സന്തോഷം എല്ലാ മുഖങ്ങളിലുമുണ്ട്.

സ്വപ്നത്തിൽ കൊച്ചുമ്മച്ചൻ മാത്രമേ ബാലനായുണ്ടായിരുന്നുള്ളൂ. ബാക്കിയുള്ളവരെല്ലാം ഇപ്പോഴുമുള്ള മുതിർന്ന പ്രായത്തിൽ തന്നെ.

ഉറക്കമുണർന്നപ്പോൾതന്നെ കൊച്ചുമ്മച്ചന് താൻ കണ്ട സ്വപ്നത്തിന്റെ ഓർമ്മയുണർന്നു. എന്നാൽ സ്വപ്നത്തിന്റെ പൊരുളെന്തെന്ന് അയാൾക്കു പിടികിട്ടിയില്ല. പ്രഭാതകൃത്യങ്ങളിലേർപ്പെടുമ്പോഴെല്ലാം

കൊച്ചുമ്മച്ചൻ സ്വപ്നത്തെക്കുറിച്ച് ചിന്തിച്ചു.

സ്വപ്നത്തിലാണെങ്കിലും താനൊരറവുകാരനായി എന്നത് നല്ല തമാശ തന്നെ. ഇപ്പോൾ വീട്ടിൽ മറ്റാരെങ്കിലുമുണ്ടായിരുന്നെങ്കിൽ ഈ തമാശ പങ്കിടാമായിരുന്നു.

പിന്നെ സ്വയം പാചകം ചെയ്ത പുട്ടും പഴവും താറാമുട്ട പുഴുങ്ങിയതും കഴിക്കവെ ഒരു നിമിഷം കൊച്ചുമ്മച്ചന്റെ മനസ്സ് താൻ കണ്ട സ്വപ്നത്തിന്റെ ഒരു പ്രത്യേകതയിൽ ഉടക്കിനിന്നു. സ്വപ്നത്തിൽ ഇറച്ചി അളന്ന് കൊടുക്കുമ്പോൾ അവിടെ തുലാസില്ലായിരുന്നു. കൊച്ചുമ്മച്ചനും കൂട്ടരും തേക്കിലയിൽ വാർന്നുകൊടുക്കുന്ന ഇറച്ചി യാതൊരളക്കലുമില്ലാതെ സംതൃപ്തിയോടെ സന്തോഷത്തോടെ ഓരോരുത്തരും വാങ്ങിക്കുകയാണ്. എല്ലാവരും തങ്ങൾക്ക് കിട്ടുന്നത് ഒരേ അളവെന്ന തൃപ്തിയിൽ, ഒരേ തുകതന്നെ നല്കുകയും ചെയ്യുന്നു.

കൊച്ചുമ്മച്ചന് ഇപ്പോൾ എല്ലാം പകൽപോലെ വ്യക്തമായി. താൻ സ്വപ്നം കണ്ടത് പങ്ക് കശാപ്പ് എന്ന് പറയുന്ന പരിപാടിയാണ്. തന്റെ ബാല്യകാലത്തിലും കൗമാരത്തിലും ഏതാണ്ട് മുപ്പതാണ്ടുകൾ അപ്പുറത്തുള്ള കാലത്ത്, ഇവിടെ മണ്ണുക്കര ഗ്രാമത്തിലും ചുറ്റുപാടുമുള്ള പ്രദേശങ്ങളിലും ക്രിസ്മസും ഈസ്റ്ററും പോലെയുള്ള വിശേഷാവസരങ്ങളിൽമാത്രം അടുപ്പമുള്ള കുറെ കുടുംബക്കാർ ചേർന്നോ കൂട്ടുകാർ ചേർന്നോ നടത്തിവന്നിരുന്നതാണത്.

പരസ്പരമുള്ള പൂർണ്ണവിശ്വാസമാണ് പങ്കുകശാപ്പിന്റെ മൂലക്കല്ല്. എല്ലാവരും ചേർന്ന് കൂട്ടത്തിൽ ആരുടെയെങ്കിലും ഒരാളുടെ പക്കൽ അറക്കാനുള്ള കാളയെയോ പോത്തിനെയോ ആടിനെയോ കണ്ടെത്തുന്നു. എന്നിട്ട് ഉരുവിന് ഒരു വില നിശ്ചയിക്കുന്നു. ആ തുക പിരിഞ്ഞുകിട്ടത്തക്കവിധം ഇറച്ചിക്ക് പങ്കുകാരെ നിശ്ചയിക്കുന്നു.

നാട്ടിലെ കശാപ്പുകാരന്റെ സഹായത്തോടെ കശാപ്പ് നടത്തുന്നു. എത്ര പങ്കുകാരുണ്ടോ അത്രയും കൂട്ടങ്ങളായി ഇറച്ചി പകുത്ത് വെക്കുന്നു. ഓരോ കൂട്ടത്തിലും കരളും വാരിയെല്ലും കൈക്കുറകും കാൽക്കുറകും എല്ലാം ഉണ്ടാകും. ശരിക്ക് തുലാസിൽ അളക്കുകയാണെങ്കിൽ ഒരുപക്ഷേ, ഓരോ കൂട്ടത്തിലും തൂക്കം സ്വല്പം ഏറിയും കുറഞ്ഞെന്നുമിരിക്കും. പക്ഷേ, അതാരും ഗൗനിക്കുകയില്ല. പങ്കുവയ്പിന്റെ, കൂട്ടായ്മയുടെ സന്തോഷത്തിൽ അളവിന്റെ കൃത്യത പ്രശ്നമാകുന്നില്ല.

പണ്ടൊക്കെ വലപ്പോഴുമാണ് വീടുകളിൽ ഇറച്ചി വാങ്ങിക്കുക. ക്രിസ്മസിന്റെയും ഈസ്റ്ററിന്റെയും പ്രധാന ആകർഷണം പങ്കു കശാപ്പാണ്. അപ്പച്ചനോ ചേട്ടൻ തോമാച്ചായനോ മറ്റോ വീട്ടിൽവന്ന് ഇന്നയാളുടെ കാളയോ ആടോ പങ്കു കശാപ്പിന് തെരഞ്ഞെടുത്തു എന്നു പറയുമ്പോൾ വായിൽ വെള്ളം നിറഞ്ഞുതുടങ്ങും. പിന്നെ ചങ്ങാതികളുമൊത്ത് തഞ്ചത്തിൽ ഉരുവിനെ പോയികാണും. ഓരോ അഭിപ്രായങ്ങള് പാസാക്കും.

കശാപ്പിന്റെ നാളിൽ അവിടൊക്കെ ചുറ്റിപ്പറ്റി നില്ക്കും. കൊല്ലുന്നത് മാത്രം കാണില്ല. കശാപ്പുകാരൻ തോമാ അറത്ത ഉരുവിനെ തോലിൽ വിതാനിക്കുമ്പോൾ മുതൽ കൂടെയുണ്ടാകും. പിന്നെ ഇറച്ചി പാലപ്പത്തിനുള്ള ഇഷ്ടുവോ ഉലർത്തിയതോ ആയിത്തീരുന്നതുവരെ ഇറച്ചിയുടെ കൂടെത്തന്നെ.

കൊച്ചുമ്മച്ചൻ ദിവസം മുഴുവൻ പങ്കുകശാപ്പിന്റെ ഓർമ്മകൾ അയവിറക്കിക്കൊണ്ടിരുന്നു. കാണാതായിക്കഴിഞ്ഞ് ഏറെ നാളുകൾക്ക് ശേഷം തിരികെ കിട്ടിയ വളരെ വിലപ്പെട്ട ഒരു വസ്തുവിനെ സാകൂതം നോക്കിക്കൊണ്ടിരിക്കുന്നതുപോലെ അവയെ മനസ്സിലിട്ട് താലോലിച്ചു.

പഴുത്ത ചുവന്ന മുന്തിരിങ്ങയുടെ മാതിരിയുള്ള ഇറച്ചിയുടെ നിറം. ഇറച്ചി പൊതിയാനെടുക്കുന്ന തേക്കിലയുടെയും വട്ടയിലയുടെയും മണം എല്ലാം കൊച്ചുമ്മച്ചനെ വളരെ ആവേശഭരിതനാക്കി. സാധാരണ ഉപായത്തിൽ തനിയേ പാചകം ചെയ്യുന്ന ചോറിനും കറിക്കുമൊന്നും വലിയ സ്വാദ് തോന്നാറില്ല. എന്നാൽ, ഇന്ന് പഴയ നിറവും മണവുമെല്ലാം കൊച്ചുമ്മച്ചന്റെ ഓർമ്മകളിൽനിന്ന് ഭക്ഷണത്തിലേക്ക് നേരെയങ്ങ് കയറിച്ചെന്ന് അയാൾക്ക് ചോറും കറികളും വളരെ സ്വാദിഷ്ഠമായി തോന്നി.

എപ്പോഴോ ഒരു നിമിഷം കൊച്ചുമ്മച്ചന് പങ്കുകശാപ്പിന്റെ നിമിഷങ്ങൾ ഒരിക്കൽക്കൂടി അനുഭവിക്കാൻ സാധിച്ചെങ്കിൽ എന്നൊരാവേശമുണ്ടായി. അതൊക്കെ ഇപ്പോൾ ഒന്നുകൂടി അനുഭവിക്കുക എന്നത് എത്ര രസകരമായിരിക്കും.

എന്തോ ദൈവം പ്രത്യേകമായി ഒരു ഉദ്ദേശ്യത്തോടെ തന്റെ മനസ്സിലേക്ക് കഴിഞ്ഞ രാത്രിയിൽ ആ സ്വപ്നം കടത്തിവിട്ടതാണ്. കൊച്ചുമ്മച്ചന് മനസ്സിൽ ശക്തമായി തോന്നലുറച്ചു. അതും ക്രിസ്മസിന് ഒരാഴ്ച മുമ്പ് വെറുതെ ഒരു സ്വപ്നമായും ഓർമ്മ പുതുക്കലായും തീരേണ്ട കാര്യമല്ല ഇത്. താൻ എന്തോ ഒന്ന് പ്രവർത്തിക്കേണ്ടതായിട്ടുണ്ട്. അതേ അത് തന്നെ. ഈ ക്രിസ്മസിന് തന്റെ നേതൃത്വത്തിൽ ബന്ധുക്കളെയും കൂട്ടുകാരെയും ഒക്കെക്കൂട്ടി ഒരു പങ്കുകശാപ്പ്! തന്റെ പറമ്പിൽ തന്നെ പങ്കുകശാപ്പ് നടത്തണം.

എല്ലാവരും ഇവിടെ വരിക. തന്റെ ഒരുവക ചായയുമൊക്കെ കുടിച്ച് ഒരു കേക്ക് കഷണവും തിന്ന് തമാശയൊക്കെ പറഞ്ഞ് ആഘോഷമായിട്ട് ഇറച്ചിയും വാങ്ങിപ്പോകുക.

ഉച്ചയൂണും കഴിഞ്ഞ് കട്ടിലിൽ നീണ്ട് നിവർന്ന് കിടക്കുമ്പോഴും കൊച്ചുമ്മച്ചന്റെ മനസ്സിൽ പങ്കുകശാപ്പിന്റെ വർണ്ണങ്ങളും ശബ്ദങ്ങളും കൂടുതൽ വ്യക്തമായിക്കൊണ്ടിരുന്നു. വളരെ വേഗം തന്നെ അയാൾ ഒരു മയക്കത്തിന്റെ ആലിംഗനത്തിലമർന്നു.

രണ്ട്

നൈജീരിയായിൽ ഒരു സ്കൂളിൽ ഏറെക്കാലം അദ്ധ്യാപകരായി സേവനമനുഷ്ഠിച്ചശേഷം തിരികെ നാട്ടിൽ വന്ന് വിശ്രമജീവിതം നയിക്കണമെന്ന് കൊച്ചുമ്മച്ചനും ഭാര്യ ഗ്രെയ്സിയും തീരുമാനിച്ചുറപ്പിച്ചതായിരുന്നു. ആവശ്യത്തിന് പണം. രണ്ട് മക്കളുള്ളതിൽ മകൻ ഡോക്ടറായി ലണ്ടനിൽ. മകൾ കമ്പ്യൂട്ടർ എഞ്ചിനീയറായി ഹൂസ്റ്റണിൽ. അങ്ങനെ എല്ലാംകൊണ്ടും ജീവിതം സ്വച്ഛവും സുരക്ഷിതവും. ഇനിയുള്ള കാലം നാട്ടിലെ കൂട്ടുകാരുമൊക്കെയൊത്ത് കല്യാണങ്ങളിലും വിശേഷങ്ങളിലുമൊക്കെ പങ്കെടുത്ത് നല്ല ആറ്റുമീനും നാടൻ പോത്തിറച്ചിയുമൊക്കെ കൂട്ടി ചോറുമുണ്ട് സ്വസ്ഥമായി കഴിയുക.

പക്ഷേ, ദൈവവിധി മറ്റൊന്നായിരുന്നു. നൈജീരിയയിൽ വെച്ച് അതിവേഗം വന്ന ഒരുപട്ടാള ട്രക്കുമായി കൊച്ചുമ്മച്ചൻ ഓടിച്ചുകൊണ്ടിരുന്ന കാർ കൂട്ടിയിടിച്ച് ഗ്രെയ്സി തൽക്ഷണം മരണമടഞ്ഞു. ഗുരുതരമല്ലാത്ത പരിക്കുകളോടെ രക്ഷപ്പെട്ട കൊച്ചുമ്മച്ചൻ രണ്ടു മാസങ്ങൾക്കുശേഷം നാട്ടിലേക്ക് പോന്നു.

മണ്ണൂക്കരയിൽ കുറെ വർഷങ്ങൾക്ക് മുമ്പ് പണികഴിപ്പിച്ചിട്ട, അടച്ചിട്ടിരുന്ന വീട്ടിൽ കൊച്ചുമ്മച്ചൻ തനിയേ താമസമാരംഭിച്ചു. ചുറ്റുപാടുമുള്ള കുടുംബക്കാരുടെയും ചങ്ങാതിമാരുടെയും സാമീപ്യംകൊണ്ട് തന്റെ ഭാര്യാ വിയോഗദുഃഖം അകറ്റാമെന്ന് അയാൾ പ്രത്യാശിച്ചു. ഗ്രെയ്സിയുമൊത്ത് പോകാമെന്ന് സങ്കല്പിച്ചിരുന്ന കല്യാണങ്ങൾക്കും മാമോദീസകൾക്കും കുടുംബ-പള്ളി കൂട്ടായ്മകൾക്കും ഇനി തനിയെ പോകുക. എന്നാലും ഇത്തരം കൂട്ടങ്ങളിലൊക്കെ അലിഞ്ഞുചേരുമ്പോൾ ഏകാന്തതയുടെ നീറ്റലിന് ഒരു ശമനം ലഭിക്കുമല്ലോ.

കൊച്ചുമ്മച്ചന്റെ കുടുംബമായ വിരുത്തിപ്പറമ്പിൽ ഏറെ വീടുകളും അംഗങ്ങളും ഉള്ള ഒന്നാണ്. പിന്നെ ചങ്ങാതിമാരുടെയും പരിചയക്കാരുടെയും കുടുംബങ്ങൾ. എങ്ങനെ നോക്കിയാലും തന്റെ ഏകാന്തതയ്ക്ക് ശമനം കിട്ടുന്നവിധം കൂട്ടായ്മകളുടെ അവസരങ്ങൾ ധാരാളം ഉണ്ടാകും.

എന്നാൽ, താമസം തുടങ്ങി നാളുകൾ, ആഴ്ചകൾ, മാസങ്ങൾ കഴിഞ്ഞിട്ടും കൊച്ചുമ്മച്ചന് സങ്കല്പിച്ച രീതിയിൽ കൂട്ടായ്മയുടെ അനുഭവം കിട്ടിത്തുടങ്ങിയില്ല. എല്ലാവരും എപ്പോഴും വലിയ തിരക്കുകളിലെന്ന പോലെ. വിശേഷാവസരങ്ങൾ ആഘോഷിക്കാനും വെറുതെ സന്തോഷിപ്പിച്ച് ഉല്ലസിച്ച് സമയം കളയാനും ആർക്കും തീരെ ഉത്സാഹമില്ലാത്തതുപോലെ.

കൊച്ചുമ്മച്ചന്റെ ഉപ്പാപ്പന്റെ മകനും ബാല്യത്തിലെ കളിക്കൂട്ടുകാരനുമായിരുന്ന സണ്ണിക്കുട്ടിയുടെ മകന്റെ കല്യാണം കൊച്ചുമ്മച്ചൻ നാട്ടിൽ വന്ന് നാലു മാസം കഴിഞ്ഞിട്ടായിരുന്നു. ബാല്യകൗമാരക്കാലത്ത് കൊച്ചുമ്മച്ചനും സണ്ണിക്കുട്ടിയും ഏറെ കുസൃതികളും വേലത്തരങ്ങളും ഒരുമിച്ച് ഒപ്പിച്ചിട്ടുള്ളതാണ്. ഇപ്പോഴും രണ്ടാൾക്കും പരസ്പരം വലിയ അടുപ്പമാണ്. സണ്ണിക്കുട്ടിയുടെ മകന്റെ കല്യാണം എന്നു പറഞ്ഞാൽ അത് തന്റെ മകന്റെ കല്യാണം പോലെയാകും. താൻ അവിടെ പ്രധാന ഉത്സാഹിയായി നിറഞ്ഞുനിന്ന് കാര്യങ്ങളൊക്കെ നടത്തും എന്ന് കൊച്ചുമ്മച്ചൻ നിരൂപിച്ചു.

പക്ഷേ, കല്യാണം വന്നപ്പോൾ കൊച്ചുമ്മച്ചന് യാതൊന്നും ചെയ്യാനുണ്ടായിരുന്നില്ല. കല്യാണത്തിന്റെ അന്ന് രാവിലെപോലും കല്യാണവീട്ടിൽ യാതൊരൊച്ചയും അനക്കവും ഇല്ലായിരുന്നു. കൃത്യസമയത്ത് ആളുകൾ പള്ളിയിലെത്തി, കേറ്ററിങ് പാർട്ടിക്കാർ ഉണ്ടാക്കിയ പാതി വെന്ത ഫ്രൈഡ്റൈസും ചിക്കൻ കറിയും കഴിച്ച് സ്ഥലം വിട്ടു. കല്യാണത്തിന് ഒരാഴ്ച മുമ്പേ ആകെ ഉല്ലാസഭരിതമാകുന്ന ഓർമ്മയിലെ കല്യാണവീടുകളെ താലോലിച്ചുകൊണ്ടിരുന്ന കൊച്ചുമ്മച്ചൻ ഒരു മന്ദനെപ്പോലെ ചടങ്ങിൽ പങ്കെടുത്തു

പിന്നെ സണ്ണിക്കുട്ടിയോട് ചോദിച്ചപ്പോൾ അവൻ പറഞ്ഞു: “കൊച്ചുമ്മച്ചാ, നിനക്കിവിടത്തെ കാര്യങ്ങളൊന്നും അറിയാമ്മേലാഞ്ഞിട്ടാ. ഇപ്പഴ് ആൾക്കാർക്ക് ഒന്നിനും സമയമില്ലെടാ. കല്യാണച്ചെറുക്കൻ തന്നെ കഷ്ടി അഞ്ചു ദിവസത്തെ ലീവിനാ ബോംബേന്ന് വന്നത്. അവന്റെ കമ്പനീടെ ആന്വൽ കോൺഫറൻസ് അടുത്താഴ്ചയാ. അവിടൊക്കെ ലീവ് കിട്ടുകാന്ന് പറഞ്ഞാ മഹാ സംഭവമാ.... എല്ലാവരും ഒരു ചടങ്ങുപോലെ വരും പോകും അത്ര തന്നെ.”

മണ്ണൂക്കരയിലും തൊട്ടടുത്തുള്ള മണിമലയാറിന്റെ കരയിലുള്ള പട്ടണമായ ചിറപ്പള്ളിയിലും ധാരാളമായി ആഡംബര കാറുകൾ, വലിയ വീടുകൾ, ബഹുനില സൗധങ്ങൾ, ഡിപ്പാർട്ട്മെന്റ് സ്റ്റോറുകൾ. ഒക്കെ

ക്കൂടി പഴയതിൽനിന്നും വലിയ മാറ്റങ്ങൾ. മിക്കവരുടെ കൈയിലും ധാരാളമായി പണമുണ്ട്. എന്നാൽ, ആർക്കും ഇത്രയേറെ പണമുള്ളതുകൊണ്ട് പഴയകാലത്തെ മനുഷ്യരിൽനിന്നും പ്രത്യേകിച്ച് കൂടുതൽ സന്തോഷമുള്ളതായി താൻ കാണുന്നില്ല. പലരും ജോലിയുടെയും ബിസിനസിന്റെയും പിന്നെ മറ്റെന്തിന്റെയോ ഒക്കെ വലിയ ഉൽക്കണ്ഠകളിൽ പെട്ടുഴറുകയാണെന്ന് തോന്നുന്നു. എന്ന് തന്നെയല്ല പണ്ട് മിക്കവർക്കും പണമില്ലാതിരുന്ന കാലത്തേക്കാൾ ആളുകൾ കൂടുതൽ മനഃപ്രയാസമുള്ളവരാണെന്ന് കൊച്ചുമ്മച്ചന് തോന്നി.

ഉല്ലസിക്കുക എന്നു വെച്ചാൽ പലർക്കും രണ്ടോ മൂന്നോ ദിവസങ്ങൾ വലിയ കാറിൽ മേട്ടുപ്പാളയം ബ്ലാക് തണ്ടറിലോ അല്ലെങ്കിൽ കാക്കനാട് വീഗാലാന്റിലോ ഒക്കെ ഒന്ന്പോയി വരുകയെന്ന് മാത്രം. അല്ലാത്തപ്പോഴെല്ലാം കഠിനമായ അദ്ധ്വാന വ്യഗ്രതകൾ. ഇത്രയേറെ പണമുണ്ടായിട്ടും ആർക്കും തന്നെ നല്ല രുചിയുള്ള ഭക്ഷണം കഴിക്കാൻ പോലും യോഗമുള്ളതായി കാണുന്നില്ല. എങ്ങും നല്ല ഭക്ഷണമുള്ളതായി കാണുന്നില്ല. ആർക്കും അതൊന്നും സാവകാശം കഴിക്കാൻ സമയവുമില്ല.

കൊച്ചുമ്മച്ചന്റെ നാവിൽ നിറഞ്ഞുനിന്നിരുന്ന പഴയ നാടൻ സ്വാദുകൾ ഇപ്പോൾ നാട്ടിൽ പ്രചാരത്തിലുള്ള പുത്തൻ ഭക്ഷണങ്ങളുടെ മുന്നിൽ ഏറെ പകച്ചിരിപ്പാണ്. ഇടയ്ക്ക് ചില ബന്ധുവീടുകളിൽ പ്രാതലിനും ഉച്ചയൂണിനും അത്താഴത്തിനും അവസരമുണ്ടായപ്പോഴും വിരുന്നു സൽക്കാരങ്ങളിൽ പങ്കെടുത്തപ്പോഴും ഏതൊക്കെയോ ഇൻസ്റ്റന്റ് മസാലകളും കോൾഡ് സ്റ്റോറേജ് ബ്രോയ്‌ലർ ഇറച്ചിയും നൂഡിൽസും കോൺഫ്‌ളെയ്ക്ക്സും ബ്രെഡ് റോസ്റ്റും നീണ്ട യാത്രകളുടെ മടുപ്പും ക്ഷീണവും പേറുന്ന കോളിഫ്‌ളവർ- ഉരുളക്കിഴങ്ങ് മിശ്രിതങ്ങളും കൊച്ചുമ്മച്ചന്റെ നാവിനെ വരിഞ്ഞുകെട്ടി. അപ്പോഴൊക്കെ പണ്ട് നാട്ടിൻപുറത്തു തന്നെ വളർത്തുന്ന പച്ചക്കറികൾ കൊണ്ടുണ്ടാക്കുന്ന കറികളുടെയും തോരനുകളുടെയും മെഴുക്കു പുരട്ടികളുടെയും നാടൻ കോഴിയുടെയും മൂരിയിറച്ചിയുടെയും എല്ലാകറികളുടെയും സ്വാദ് നാവിലാകെ നുരകുത്തി. പിന്നെ ആ സ്വാദുകൾ തൃപ്തിപ്പെടുത്താനാവാതെ നാവ് തളർന്നുകിടന്നു.

കുറെ നാളുകൾ കഴിഞ്ഞപ്പോൾ കൊച്ചുമ്മച്ചൻ തന്റെ കുടുംബവീടുകളിലെ പെണ്ണുങ്ങളോട് ഓർമ്മയിലുള്ള കറികളെപ്പറ്റി പറയുകയും അവ പാചകം ചെയ്യാനറിയുമോ എന്ന് തിരക്കുകയും ചെയ്തു. എന്നാൽ, അവർക്കാർക്കും തന്നെ ആ വെപ്പുകളൊന്നും അറിയുമായിരുന്നില്ല. അനിയൻ ഫിലിപ്പുകുട്ടിയുടെ ഭാര്യ സിസിലി ഇങ്ങനെ പറയുകയും ചെയ്തു: "എന്റെ പൊന്നച്ചായാ, ഇങ്ങനീ പഴയ രുചി മാത്രം നോക്കി കഴിക്കാനിരുന്നാ പട്ടിണി കിടക്കത്തേയുള്ളൂ. അമ്മച്ചിയൊക്കെ ഉണ്ടാക്കിയിരുന്ന

കറികള് എനിക്കും വലിയ ഇഷ്ടമാ. പക്ഷേ, ഞാനിപ്പം അറിഞ്ഞുകൊണ്ടാ രുചികളൊക്കെയങ്ങ് മറന്നേക്കുവാ. പകരം ഇപ്പകിട്ടുന്ന രുചികളങ്ങ് വിഴുങ്ങുകാ. പഴയ രുചികളുടെ ഓർമ്മകളില്ലാതായാ പിന്നെ പ്രശ്നമൊന്നുമില്ലല്ലോ.”

സിസിലി വിളമ്പിത്തന്ന ന്യൂഡിൽസ്, ഫോർക്കും സ്പൂണുമുപയോഗിച്ച് കഴിച്ചുകൊണ്ടിരുന്ന കൊച്ചുമ്മച്ചന്റെ വായിൽനിന്ന്, സിസിലി പറഞ്ഞത് കേൾക്കവെ, ന്യൂഡിൽസിന്റെ വള്ളികൾ അപഹാസ്യമാം വിധം ഊർന്നുവീണു. വീണ്ടും അതു വായിലേക്ക് കുത്തിത്തിരുകുന്ന ശ്രമം പരാജയപ്പെടുകയും ചെയ്തു. താനിത്രകാലം വിദേശത്തു താമസിച്ചിട്ടും ഈവക സാധനങ്ങൾ നേരെ ചൊവ്വേ പെരുമാറാനറിയില്ലല്ലോ എന്ന് അയാൾ ഒരിക്കൽക്കൂടി ഓർത്തു. ഇതൊക്കെ കുറേക്കൂടി എളുപ്പം വഴങ്ങിയിരുന്ന ഗ്രേയ്സി ഇടയ്ക്കൊക്കെ തന്റെയീ ശീലക്കേടുകളെ കളിയാക്കാറുള്ളതും ഓർമ്മവന്നു.

കൊച്ചുമ്മച്ചൻ അന്ന് രാത്രി വീടിന്റെ മുറ്റത്ത് കൂടി ഉലാത്തുമ്പോൾ വീണ്ടും വീണ്ടും സിസിലിയുടെ വാക്കുകൾ ചെവിയിൽ മുഴങ്ങി. പഴയ രുചികളുടെ ഓർമ്മകളില്ലാതായാൽ പിന്നെ പ്രശ്നമൊന്നുമില്ലല്ലോ

പഴയ രുചികളുടെ ഓർമ്മകൾ എന്നു പറഞ്ഞാൽ അതൊരാളുടെ വ്യക്തിത്വത്തിന്റെ അടയാളങ്ങൾ തന്നെയല്ലേ. അവ മറക്കുക എന്ന് പറഞ്ഞാൽ ഒരാൾ തന്നെത്തന്നെ മറക്കുക, മറ്റൊരു മനുഷ്യനായിത്തീരുക എന്നൊക്കെയല്ലേ? കൊച്ചുമ്മച്ചന്റെ മനസ്സാകെ പുകഞ്ഞു.

താൻ മുതിർന്ന് ഒരു പുരുഷനാകുന്നകാലംവരെ അറിഞ്ഞ രുചികൾ. പെരുമാറ്റ വഴക്കങ്ങൾ- അവയൊക്കെ അറിഞ്ഞ നാട്ടിൽ ഏറെക്കാലം കഴിഞ്ഞെത്തിയപ്പോൾ എല്ലാം അപ്രത്യക്ഷമായി എന്നു പറഞ്ഞാൽ..... ഒട്ടും പൊരുത്തപ്പെടാനാകുന്നില്ല. എന്നാൽ, സിസിലി പറഞ്ഞതുപോലെ വളരെ പേരും ഇവിടെത്തന്നെ തങ്ങളുടെ ഓർമ്മകളെല്ലാം കുഴിച്ചുമൂടിയിരിക്കുന്നു. അതിനെക്കുറിച്ചൊന്നും ഭാരപ്പെടാതെ ജീവിക്കുകയും ചെയ്യുന്നു. പക്ഷേ, അങ്ങനെ ഓർമ്മകൾ കുഴിച്ചുമൂടാനാകാത്തവർ എന്തു ചെയ്യണം?

സദാ ഇങ്ങനെ ഒരു വിങ്ങലനുഭവിച്ചുകൊണ്ട് ഒരിക്കലുമിനി കൊതിക്കുന്നത് കിട്ടില്ലെന്നറിഞ്ഞ്...

ഒരുപക്ഷേ, ഓരോ കാലത്തും തന്നെപ്പോലെ ഇങ്ങനെ ചിലരുണ്ടാകാം. ചുറ്റുപാടുമുള്ള ഏവരും അനായാസമായി പുതിയ ജീവിതക്രമങ്ങൾക്ക് അടിമപ്പെടുമ്പോൾ അതിന് കഴിയാതെ മനഃപൂർവ്വമായി തയ്യാറാവാതെ വിമ്മിട്ടപ്പെടുന്നവർ.

ഉലാത്തൽ മതിയാക്കി കൊച്ചുമ്മച്ചൻ കഞ്ഞി വിളമ്പി കഴിക്കാനിരുന്നു. കഞ്ഞിക്ക് കൂട്ടാനായി അല്പം ചെറുപയറും ഇറച്ചി അച്ചാറുമുണ്ടായിരുന്നു. ചിറപ്പള്ളിയിലെ ഒരു ഡിപ്പാർട്ട്മെന്റ് സ്റ്റോറിൽ നിന്നും രണ്ടു

ദിവസം മുമ്പു വാങ്ങിയ അച്ചാറാണ്. കണ്ടിട്ട് നല്ല സ്വാദ് തോന്നി. 'വല്യമ്മച്ചീസ് അച്ചാർസ്' എന്നായിരുന്നു അതിന്റെ ലേബൽ.

കൊച്ചുമ്മച്ചൻ കുപ്പിയുടെ അടപ്പിന്റെ സീൽ പൊട്ടിച്ച് ഒരു സ്പൂൺകൊണ്ട് രണ്ടുമൂന്ന് കഷണം ഇറച്ചിത്തുണ്ടുകൾ കുഞ്ഞിപ്പിഞ്ഞാണത്തിലേക്കിട്ടു. സ്പൂണിൽ കഞ്ഞിക്കൊപ്പം ഒരു തുണ്ട് അച്ചാർ ഇറച്ചിയും വായിലേക്കിട്ടു.

ആ നിമിഷംതന്നെ കൊച്ചുമ്മച്ചൻ പണ്ടെപ്പോഴോ കൂട്ടിയ തന്റെ അമ്മച്ചിവെച്ച ഇറച്ചിഅച്ചാറിന്റെ സ്വാദ് അയാളുടെ നാവിൽ പിടഞ്ഞുനിലവിളിച്ചു. 'വല്യമ്മച്ചീസ് അച്ചാർസി' ന്റെ ഇറച്ചിത്തുണ്ടുകൾ ഒരു തരം പുളിപ്പിന്റെയും അമിത എരിവിന്റെയും ദുഃസ്വാദ് മാത്രം ആവാഹിച്ചിരുന്നു.

മൂന്ന്

പങ്കുകശാപ്പിന്റെ സ്വപ്നം കണ്ട അന്നുതന്നെ, വൈകുന്നേരം കൊച്ചുമ്മച്ചൻ ജ്യേഷ്ഠൻ തോമാച്ചന്റെ വീട്ടിലേക്ക് നടന്നു. വീട് ഏതാണ്ട് മൂന്ന് ഫർലോങ് അപ്പുറമാണ്.

തോമാച്ചന് ചിറപ്പള്ളിയിൽ നല്ല നിലയിൽ നടക്കുന്ന ഒരു സാനിറ്ററി വെയർ കടയുണ്ട്. ഒരു മകനും കുടുംബവും കൂടെത്തന്നെയുണ്ട്. മറ്റു രണ്ടു മക്കളും ഗൾഫിൽ.

രാത്രി തുടങ്ങിയിട്ടേയുണ്ടായിരുന്നുള്ളൂവെങ്കിലും നല്ല തുണുപ്പുണ്ട്. ഒരു ഷോൾ കൂടി കഴുത്തിനുചുറ്റും പുതച്ചാലും തരക്കേടില്ലായിരുന്നുവെന്ന് കൊച്ചുമ്മച്ചന് തോന്നി. ങാ, ഈ തോന്നലിന്റെ അർത്ഥം തന്റെ ശരീരത്തിന് ശരിക്കും പ്രായമാകുന്നു എന്നുതന്നെ. പണ്ടൊക്കെ ഷേർട്ട് പോലുമിടാതെ ക്രിസ്മസ് തണുപ്പിലൊക്കെ രാത്രികാലങ്ങളിൽ പാട്ടു പാടാനും സെറ്റുകൂടാനും നടന്നിട്ടുള്ളതാണ്. എന്തായാലും ഈ തണുപ്പിലൊന്ന് കുളിർന്ന് വിറയ്ക്കാനും വീടുകൾക്ക് മുന്നിലെ ക്രിസ്മസ് കാരൾ സംഘക്കാരുടെ പാട്ട് കേട്ട് നടക്കാനും രസം തന്നെ.

കൊച്ചുമ്മച്ചൻ തോമാച്ചന്റെ വീട്ടിൽ എത്തിയപ്പോൾ അവിടെ എല്ലാവരും ടി വിക്ക് മുന്നിലാണ്. എത്തിയപാടെ വലിയ കുശലത്തിനൊന്നും മുതിരാതെ കൊച്ചുമ്മച്ചനെ ടി വി വെച്ചിരിക്കുന്ന വലിയ മുറിയിലെ ഒരു സോഫായിൽ ഇരുത്തി. ടി വി സ്ക്രീനിൽ കൈരളി ചാനലിലെ *സുമംഗലി* എന്ന സീരിയൽ കരഞ്ഞ് നിലവിളിച്ച് സ്ക്രീനും കവിഞ്ഞൊഴുകുകയാണ്.

അല്പനേരം അതിലേക്ക് വെറുതെ മിഴി നട്ടിരുന്നപ്പോഴാണ് അകത്തേ മുറികളിലൊന്നിൽനിന്ന് കൊച്ചുമ്മച്ചൻ മറ്റൊരു ശബ്ദം കേട്ടത്. ചെവി വട്ടം പിടിച്ചു. അതും ഒരു ടി വി സീരിയൽ തന്നെ. കുറെ ഉശിരൻ പെൺഡയലോഗുകൾ കേൾക്കാനുണ്ട്.

കൊച്ചുമ്മച്ചൻ അകത്തേക്ക് ശ്രദ്ധിക്കുന്നത് കണ്ട്, തോമാച്ചൻ പറഞ്ഞു: "അത് അലക്സിന്റെ ഭാര്യ ഷേർളി അവരുടെ മുറീലെ ടി വി കാണുവാ അവയ്ക്ക് ഏഷ്യാനെറ്റിലെ *സ്ത്രീ* കണ്ടില്ലെങ്കീ വലിയ പ്രയാസമാ."

താൻ ഇങ്ങോട്ടു വരാൻ ഈ സമയംതന്നെ തെരഞ്ഞെടുത്തതിൽ കൊച്ചുമ്മച്ചൻ സ്വയം പഴിച്ചു. കുറേനാൾകൊണ്ട് മനസ്സിലായിട്ടുള്ളതാണ് വൈകുന്നേരം ഏഴ് കഴിഞ്ഞ് ഒരു വീട്ടിലും സന്ദർശനത്തിന് പോകാതിരിക്കുക. പക്ഷേ, ഇന്നെന്തോ സ്വപ്നം കണ്ടുള്ള ആവേശമാകാം. അക്കാര്യമങ്ങ് മറന്നു.

സുമംഗലി അവസാനിച്ചപ്പോൾ കൊച്ചുമ്മച്ചൻ താൻ വന്ന കാര്യം ജ്യേഷ്ഠനോട് പറഞ്ഞു. അയാൾ സ്വപ്നം കണ്ട കാര്യം മുതൽ തന്റെ മനസ്സിൽ നാമ്പെടുത്ത ആഗ്രഹംവരെ വിശദമായി പറഞ്ഞു:

"തോമാച്ചന്റെ ഭാര്യ ആലീസും അലക്സും ഒക്കെ അവിടെ." കൊച്ചുമ്മാച്ചൻ പറഞ്ഞ് നിറുത്തിയതും എല്ലാവരും പൊട്ടിച്ചിരിച്ചു. "അപ്പോ ഉമ്മച്ചായൻ കശാപ്പുകാരനാകാൻ തന്നെ തീരുമാനിച്ചു." പൊട്ടിച്ചിരിക്കിടയിൽ അലക്സ് പറഞ്ഞു.

ചിരിയിൽ പങ്കുചേർന്നുകൊണ്ട് കൊച്ചുമ്മച്ചൻ പറഞ്ഞു. "ങാ, വയസ്സുകാലത്ത് ഇതും വേണമെന്ന് തലേൽ വരച്ചിട്ടുണ്ടാകും."

ചിരിയും തമാശയുമടങ്ങിയപ്പോൾ തോമാച്ചൻ ഗൗരവത്തിൽ പറഞ്ഞു. "എടാ നീ കാര്യമായിട്ട് തന്നെയാണോ പങ്കുകശാപ്പ് നടത്തണമെന്ന് പറയുന്നത്."

കൊച്ചുമ്മച്ചൻ ഉറ്റ്വെന്നു തലയാട്ടി.

"എങ്കി കേൾക്ക്. നീ വിചാരിക്കുംപോലല്ല. പങ്കുകശാപ്പൊക്കെ ഇല്ലാതായിട്ട് എത്ര വർഷങ്ങളായി! ആർക്കും ഇപ്പോ ഇതിലൊന്നും താല്പര്യമുണ്ടാവില്ല. പങ്കെന്ന് പറയുമ്പോ അല്പസ്വല്പം തൂക്കമൊക്കെ ഏറിയും കുറഞ്ഞുമിരിക്കും. പഴയകാലത്ത് അതൊന്നും ആർക്കും പ്രശ്നമല്ലായിരുന്നു. എന്നാൽ, ഇപ്പോഴതല്ല സ്ഥിതി. എല്ലാവരും കേമന്മാരാ. എല്ലാവർക്കും പൈസയൊണ്ട്. രൂപാ എണ്ണിക്കൊടുത്താ എറച്ചിക്കടേന്നോ കോൾഡ് സ്റ്റോറേജിന്നോ ബ്രോയ്‌ലർ ഫാമിന്നോ കൃത്യം തൂക്കം എറച്ചി കിട്ടും. പിന്നെന്തിന് ഈ പങ്കപ്പാട് പെടണം. എനിക്ക് തോന്നുന്നില്ല. ആരെങ്കിലും നിന്റെയീ പങ്കുകശാപ്പിൽ കൂടാൻ തയ്യാറാകുമെന്ന്."

ആലീസും അലക്സും തോമാച്ചന്റെ അഭിപ്രായത്തെ പിന്താങ്ങി. പങ്കുകശാപ്പെന്ന് പറഞ്ഞാൽ, ഇപ്പോൾ ആളുകൾ ചിരിച്ചു തള്ളും. അവർ തീർത്തും പറഞ്ഞു.

ഓരോ അഭിപ്രായവും കൊച്ചുമ്മച്ചന്റെ മനസ്സിനെ തളർത്തി. എങ്കിലും തിരിച്ചു പോകാനിറങ്ങവെ പറഞ്ഞു. "ഞാനേതായാലും ഒരു കൈ നോക്കാൻ പോകുവാ. കുറഞ്ഞ പക്ഷം നിങ്ങളൊക്കെയെങ്കിലും എന്റെ കൂടെ നിക്കണം. എന്തോ ആ സ്വപ്നം കണ്ടത് മുതൽ എനിക്കിങ്ങനെയൊന്ന് നടത്തിയേ തീരുവെന്നൊരു തോന്നൽ."

സാരമില്ല, താൻ വളരെ ഉത്സാഹത്തിൽ തന്നെയാണെന്നും താൻ തന്നെ മുൻകൈ എടുക്കുമെന്നും അറിഞ്ഞാൽ എല്ലാവരുംകൂടെ കൂടിക്കോളും. കൊച്ചുമ്മച്ചൻ തിരികെ വീട്ടിലേക്ക് നടക്കുമ്പോൾ, ഹൃദയത്തിൽ ഊറിക്കൂടിയ നിരാശയെ മറികടക്കാൻ ശ്രമിച്ചു.

എന്തായാലും അഞ്ചാറ് ദിവസം കൂടിയേയുള്ളൂ. ക്രിസ്മസിന്റെ തലേന്ന് രാവിലെ കശാപ്പ് നടത്തുകയാവും എല്ലാവർക്കും സൗകര്യം. നാളെത്തന്നെ അനിയൻ ഫിലിപ്പ് കുട്ടിയെ കാണണം. പിന്നെ മറ്റു കൂട്ടക്കാരെയും പരിചയക്കാരെയും. അറക്കാനുള്ള ഉരുവിനെ നേരത്തെ കണ്ടുറപ്പിക്കണം. താമസിച്ചാൽ സീസണായതുകൊണ്ട് നല്ല ഉരുവിനെ കിട്ടിയെന്ന് വരില്ല. പ്രായോഗിക ചിന്തകളിലൂടെ കൊച്ചുമ്മച്ചൻ വീണ്ടും ഉത്സാഹഭരിതനായി.

നാല്

വിറ്റേന്ന് പ്രാതൽ കഴിഞ്ഞതും കൊച്ചുമ്മച്ചൻ ഫിലിപ്പ് കുട്ടിയുടെ വീട്ടിലെത്തി. ഫിലിപ്പ് കുട്ടിയുടെ വീടെന്ന് പറഞ്ഞാൽ കുടുംബ വീട്. കുറെക്കൂടി കൃത്യമായി പറഞ്ഞാൽ പണ്ട് കുടുംബവീടിരുന്നിടത്ത് നില കൊള്ളുന്ന പുത്തൻ രണ്ട് നില കെട്ടിടം.

കുറെക്കാലം ഗൾഫിലായിരുന്ന ഫിലിപ്പ് കുട്ടി അറയും നിരയും ഉണ്ടായിരുന്ന പഴയ വീട് പൊളിച്ച് പണികഴിപ്പിച്ച കോൺക്രീറ്റ് മന്ദിരം. ഒരു കുഴപ്പവുമില്ലാത്ത പഴയ വീട്, തങ്ങൾ കളിച്ചു വളർന്ന വീട് പൊളിച്ച് മാറ്റുന്നതിൽ കൊച്ചുമ്മച്ചന് വിഷമമുണ്ടായിരുന്നെങ്കിലും കീഴ്വഴക്ക പ്രകാരം കുടുംബവീട് ഏറ്റവും ഇളയവന് അവകാശപ്പെട്ടതാണെന്നി രിക്കെ അവനോട് മറുത്ത് പറഞ്ഞിട്ട് കാര്യമില്ലായിരുന്നു.

ഗൾഫ് വാസം മതിയാക്കി നാട്ടിൽ സ്ഥിരതാമസമായ ഫിലിപ്പ് കുട്ടിക്ക് ഇപ്പോൾ ചില ഏജൻസി കച്ചവടങ്ങളൊക്കെയുണ്ട്. രണ്ട് മക്ക ളുള്ളതിൽ മകൻ എം ബി എയ്ക്കും മകൾ മെഡിസിനും പഠിക്കുന്നു.

കൊച്ചുമ്മച്ചൻ എത്തിയപ്പോൾ ഫിലിപ്പ് കുട്ടി പുറത്തേക്കെവിടെയോ പോകാൻ തയ്യാറായി, വീട്ടിൽനിന്ന് കാർഷെഡിലേക്ക് ഇറങ്ങുകയായി രുന്നു. കൊച്ചുമ്മച്ചന് പരിചയമില്ലാത്ത രണ്ടു പേരും കൂടെയുണ്ടായിരുന്നു. ഫിലിപ്പ് കുട്ടി അവരെ പരിചയപ്പെടുത്തി. അവന്റെ ബിസിനസ് സുഹൃ ത്തുക്കളാണ്. എല്ലാവരുംകൂടി രാവിലെ ഒരു ബിസിനസ് ആവശ്യത്തി നായി കാറിൽ കോട്ടയംവരെ പോകുന്നു. രാത്രിയിലേ മടങ്ങിവരൂ.

കൊച്ചുമ്മച്ചന് ഫിലിപ്പ് കുട്ടിയുടെ തിരക്കും അക്ഷമയും കണ്ട് തെല്ലൊരു മടി തോന്നി. പണ്ടേ ഫിലിപ്പ് കുട്ടി ഇങ്ങനെയാണ്. എപ്പോഴും ഒരു സ്വന്തം കാര്യം തിരക്ക്.

എങ്കിലും തിരക്കിട്ട് നില്ക്കുന്ന അവന്റെ അക്ഷമ അവഗണിച്ചുകൊ ണ്ടുതന്നെ അവനെ അകത്തെ മുറികളിലൊന്നിൽ കൊണ്ടുപോയി കൊച്ചു

മ്മച്ചൻ കാര്യം പറഞ്ഞു. സിസിലിയും ഒപ്പമുണ്ടായിരുന്നു.

കൊച്ചുമ്മച്ചൻ സ്വപ്നത്തിന്റെ കാര്യമെല്ലാം പറഞ്ഞപ്പോഴേ ഭാര്യയും ഭർത്താവും കണ്ണിൽ കണ്ണിൽ നോക്കാൻ തുടങ്ങിയിരുന്നു. എല്ലാം കേട്ട് കഴിഞ്ഞപ്പോൾ ഫിലിപ്പ് കുട്ടി പറഞ്ഞു. "ഇതച്ചായാ, പ്രശ്നം മറ്റൊന്നുമല്ല. അച്ചായന് ഇപ്പോ ഒറ്റയ്ക്ക് ഒരു പണിയുമില്ലാതെ കൂട്ടുകാരാരുമില്ലാതെ വല്ലാത്ത ബോറടിയാ. അന്നേരം ഇങ്ങനെയോരോന്നൊക്കെ തോന്നും. ഇതൊന്നും പുറത്താരും കേക്കണ്ട. വട്ടാണെന്ന് പറയും. പണ്ടത്തെ ഓർമ്മകള് വെച്ചോണ്ട് അതുപോലൊക്കെ ജീവിക്കണമെന്ന് തോന്നിയാ ചുറ്റിപ്പോകുകേ ഉള്ളൂ."

സിസിലിയും ഇടപെട്ടു. "ആലീസ് കൊച്ചമ്മ ഇച്ചിരെ മുമ്പെ എന്നെ ഫോണിൽ വിളിച്ച് കൊച്ചുമ്മച്ചായൻ ഇന്നലെ അവിടെ ചെന്ന കാര്യം പറഞ്ഞു. എന്തായാലും ഇതങ്ങ് മനസ്സീന്ന് കളഞ്ഞേര് കൊച്ചുമ്മച്ചായാ. ആരും ഇക്കാലത്ത് ഇതിനൊന്നും സഹകരിക്കുകേല. കൊടുക്കുന്ന കാശിന് കൃത്യം തൂക്കം ഒരിമ്മിണി കുറഞ്ഞാൽ ആരും വെറുതെ വിടില്ല. എന്തിനാ പൊല്ലാപ്പൊക്കെ."

ഫിലിപ്പ്കുട്ടി ഇറങ്ങിയപാടേ അവിടെ നിന്നിറങ്ങിയ കൊച്ചുമ്മച്ചൻ തെല്ല് ഹൃദയഭാരത്തോടെ പൊതുനിരത്തിലിറങ്ങി നടന്നു. കുറെ സമയം, താൻ എവിടേക്കാണ് പോകേണ്ടത് എന്നുപോലും മറന്ന് അയാൾ വെറുതെ നടന്നുകൊണ്ടിരുന്നു.

താൻ എല്ലാവരുടെയും മുന്നിൽ വിഡ്ഢിയായിത്തീരുകയാണോ? ഒരു സ്വപ്നം കണ്ടെന്ന് പറഞ്ഞ് അതിന്റെ പിന്നാലെ ഇറങ്ങിപ്പുറപ്പെട്ടിരിക്കുന്നത് എല്ലാവർക്കും ചിരിക്കാൻ ഒരു വിഷയം മാത്രമോ? എന്നാൽ, ഇങ്ങനെയുള്ള ഇടറലുകൾ മനസ്സിൽ കടന്നുവന്നെങ്കിലും എന്തു വന്നാലും ലക്ഷ്യം കണ്ടിട്ടേ അടങ്ങൂ എന്നൊരു ചിന്തയും കൊച്ചുമ്മച്ചനിൽ ഉറച്ചു.

അങ്ങനെ കൊച്ചുമ്മച്ചൻ തന്റെ കുറെ കൂട്ടുകാരുടെ വീടുകളിൽ കയറിയിറങ്ങി. പലയിടത്തും നിരാശാജനകമായ അനുഭവം തന്നെയായിരുന്നു. പക്ഷേ, സണ്ണിക്കുട്ടിയുൾപ്പെടെ രണ്ട് മൂന്നുപേർ കൊച്ചുമ്മച്ചൻ പരിപാടിയുമായി നീങ്ങുകയാണെങ്കിൽ തീർച്ചയായും കൂടെ നില്ക്കാമെന്ന് വാക്കുകൊടുത്തു.

സണ്ണിക്കുട്ടി മറ്റൊരുപകാരം കൂടി ചെയ്തു. കശാപ്പിന് വേണ്ട നല്ലൊരു ഉരുവിനെ കണ്ടെത്താൻ അയാളുടെ ഒരു സിൽബന്തിയായ പാപ്പിക്കുഞ്ഞിനെ ഏർപ്പാട് ചെയ്തുകൊടുത്തു. പാപ്പിക്കുഞ്ഞിന് കന്നുകാലികളുടെയും തടിക്കച്ചവടത്തിന്റെയും ദല്ലാൾ പണിയുണ്ട്. അതിനാൽ, അക്കാര്യം പാപ്പിക്കുഞ്ഞിനെ ഏല്പിച്ചാൽ, കൊച്ചുമ്മച്ചന് പിന്നെ അതിനെയോർത്ത് വിഷമിക്കേണ്ടിവരില്ല.

കൊച്ചുമ്മച്ചനെ സണ്ണിക്കുട്ടി ഒരു കാര്യം കൂടി ഓർമ്മിപ്പിച്ചു. "ഉരുവിനെ കണ്ടെത്തിയതുകൊണ്ട് മാത്രം കാര്യമായില്ല. പങ്ക് വാങ്ങിക്കാൻ ആവശ്യത്തിന് ആളുകളെ കിട്ടണം. ആളിന്റെ എണ്ണം കുറഞ്ഞാൽ

പങ്കിന്റെ തുകയും കൂട്ടേണ്ടതായി വരും. അത് പിന്നെ പങ്കിന് വരുന്നവർക്ക് തന്നെ വലിയ ബുദ്ധിമുട്ടാകും.”

അന്ന് രാത്രി പതിവ് പോലെ വീട്ടുമുറ്റത്ത് ഉലാത്തുമ്പോൾ കൊച്ചുമ്മച്ചന് കുറെയൊക്കെ സന്തോഷം തോന്നി. കളിക്കൂട്ടുകാരനായ സണ്ണിക്കുട്ടിയെങ്കിലും ഇത്ര താല്പര്യം തന്റെ മോഹത്തോട് കാണിച്ചല്ലോ. അവൻ ആദ്യമൊന്ന് തന്നെ പിന്തിരിപ്പിക്കാൻ നോക്കിയതാണ്. എന്നിട്ടും തന്റെ മനസ്സ് വായിച്ചറിഞ്ഞ് അവൻ താൻ വിജയിക്കണമെന്ന് നിരൂപിച്ചല്ലോ.

ദൂരെയെവിടെയോ ഒരു പള്ളിയിൽ മണികൾ താളത്തിൽ മുഴങ്ങുന്നു. കൊച്ചുമ്മച്ചന് അപ്പോൾ പെട്ടെന്ന് ഗ്രെയ്സിയെ ഓർമ്മവന്നു. പള്ളിമണികളുടെ മുഴക്കം അവൾക്ക് വളരെ ഇഷ്ടമായിരുന്നു. നൈജീരിയായിൽ തങ്ങൾ ഒടുവിൽ താമസിച്ചിരുന്ന ചെറുപട്ടണത്തിൽ പള്ളിമണികളുടെ മുഴക്കം കേൾക്കാനില്ലായിരുന്നു.

നാട്ടിൽ തിരിച്ചെത്തി താമസിക്കുമ്പോൾ പള്ളിമണികൾ മുഴങ്ങുന്നത് എന്നും കേൾക്കണമെന്ന് അവൾ പറയുമായിരുന്നു. എന്നാൽ, അവൾക്ക് വേണ്ടി നേരത്തെ തന്നെ പള്ളിമണികൾ മുഴങ്ങിക്കഴിഞ്ഞല്ലോ. ദൈവമേ! കൊച്ചുമ്മച്ചന്റെ ശരീരം പെട്ടെന്നൊരു കുളിരിൽ ഉലർന്ന് വിറച്ചു.

അഞ്ച്

രാവിലെ തന്നെ കൊച്ചുമ്മച്ചന് ഒരു സന്ദർശകൻ ഉണ്ടായിരുന്നു. തോമ്മാച്ചന്റെ മകൻ അലക്സ്.

ചില്ലറ കുശലങ്ങൾക്ക് ശേഷം അലക്സ് പറഞ്ഞു: ‘‘അല്ല, ഉമ്മച്ചായന് അത്ര നിർബ്ബന്ധമാണെങ്കി ഞങ്ങളെല്ലാം പങ്കില് കൂടാം. കഴിഞ്ഞ ദിവസം വീട്ടിലെല്ലാവരും അങ്ങനെ പറഞ്ഞത്, അച്ചായനെ കാര്യങ്ങൾ ബോദ്ധ്യപ്പെടുത്താനാണ്. കാര്യങ്ങടെ കെടപ്പറിയാതെ അച്ചായൻ പങ്ക് കശാപ്പെന്നു പറഞ്ഞിറങ്ങി അബദ്ധത്തിൽ ചാടരുതല്ലോ.”

അവന്റെ സംസാരം കേട്ട് കൊച്ചുമ്മച്ചന് തമാശ തോന്നി. പക്ഷേ, മുഖത്ത് ഗൗരവം തന്നെ പുലർത്തി.

“അല്ലുമ്മച്ചായന് പെണക്കമൊന്നുമില്ലല്ലോ.”

“ഏയ് എന്ത് പെണക്കം. നിങ്ങളൊക്കെ പങ്കിലൊണ്ടായേച്ചാ മതി.”

അല്പനേരം കഴിഞ്ഞ്, അലക്സ് കൊച്ചുമ്മച്ചനോട് പറഞ്ഞു.

“എനിക്കൊരു കാര്യം പ്രത്യേകം പറയാനുണ്ട്. എന്താന്ന് വച്ചാ. കൊച്ചുമ്മച്ചായനിപ്പം വല്ലാതെ ബോറടിച്ചിരിക്കുവല്ലിയോ. അപ്പോ അച്ചായന് ഇത് ഒരു എൻഗേജ്മെന്റുമായി, ലാഭക്കൊള്ള ഒരു പരിപാടീമായി.” ഒന്ന് നിർത്തി കൊച്ചുമ്മച്ചന്റെ മുഖത്തേക്ക് സൂക്ഷിച്ച് നോക്കിക്കൊണ്ട് അവൻ തുടർന്നു: “കാര്യമെന്താണെന്ന് വെച്ചാല്, അച്ചായൻ ഒരു ബിസിനസ് തുടങ്ങുന്നു. ഒരു ഇന്റർനെറ്റ് കഫേ. അച്ചായൻ പൈസാ മൊടക്കിയാ മാത്രം മതി. ബാക്കി അതിന്റെ ഓപ്പറേഷൻസ് മുഴുവൻ ഞാനും എന്റെ പാർട്ട്നേഴ്സും നോക്കിക്കൊള്ളാം. അച്ചായൻ ആകെക്കൂടി ഒരു മേൽനോട്ടം നടത്തിയാ മതി. വലിയ മെനക്കേടുമില്ല. എന്നാൽ സമയം പോകാൻ ഒരുപാധിയുമായി.”

കൊച്ചുമ്മച്ചന് ആകെ അമ്പരപ്പും തമാശയും തോന്നി. താൻ ഒരു ബിസിനസ് നടത്തുന്നുവെന്നോ! തന്റെ മനസ്സിന്റെ വിദൂരകോണുകളിൽ

പോലും ഒരു ബിസിനസുകാരനാകാൻ വേണ്ട എന്തെങ്കിലും ഗുണവിശേഷങ്ങൾ ഉള്ളതായി തോന്നുന്നില്ല.

കൊച്ചുമ്മച്ചൻ ഇക്കാര്യം അലക്സിനോടു പറഞ്ഞു. പക്ഷേ, അലക്സ് വിടാൻ ഭാവമില്ലായിരുന്നു. എത്രയൊക്കെ നിരുത്സാഹപ്പെടുത്തിയിട്ടും അവൻ തന്റെ മനസ്സിലുള്ള ബിസിനസ് പദ്ധതിയുടെ ആകർഷണീയതകൾ വിസ്തരിച്ചു കേൾപ്പിച്ചു.

ഒടുവിൽ എത്ര പറഞ്ഞിട്ടും കൊച്ചുമ്മച്ചൻ വഴങ്ങുന്നില്ലെന്ന് കണ്ട് കാറിൽ കയറാൻ തുടങ്ങുമ്പോൾ അലക്സ് പറഞ്ഞു. "ഏതായാലും ഒരു കാര്യമൊറപ്പാ. കൊച്ചുമ്മച്ചായന് ഇപ്പ ഭയങ്കര ബോറടിയുണ്ട്. ഇത്രേം ആരോഗ്യമൊള്ള ഒരാള് ഒന്നും ചെയ്യാതെ വെറുതെയിരിക്കുകാന്ന് പറഞ്ഞാല്. അതല്ലിയോ പങ്ക് കശാപ്പെന്ന് ഒക്കെ പറഞ്ഞ് ചാടിപ്പുറപ്പെടുന്നത്."

തന്നെ ഇവർക്കൊക്കെ തീരെ മനസ്സിലാകുന്നില്ലല്ലോ എന്ന് കൊച്ചുമ്മച്ചന് നിരാശ തോന്നി. ബോറടിച്ചിരിക്കുന്നത് കൊണ്ടല്ല, തന്റെ ആത്മാവിന്റെ, തന്റെ തനിമയുടെ തന്നെ ഭാഗമാണ് പങ്ക് കശാപ്പിന്റെ കൂട്ടായ്മയും സന്തോഷവുമെന്ന് ആർക്കും മനസ്സിലാകുന്നില്ല. എന്ന് തന്നെയല്ല, തനിക്ക് ഭയങ്കര ബോറടിയാണെന്ന് ഇവരെല്ലാം സ്വയമങ്ങ് തീർപ്പ് കല്പിച്ചിരിക്കുന്നു.

പ്രത്യേകിച്ച് പണിയൊന്നുമില്ലാതെ, മണ്ണുക്കരയിലെ തണൽ വിരിച്ച ഇടവഴികളിലൂടെ നടന്നും ചിറപ്പള്ളി ചന്തയിൽ കയറിയിറങ്ങിയും കവലയിലെ ചായക്കടയിൽ ചായകുടിച്ചും പള്ളിപ്പരിപാടികളിൽ കൂടിയും കോട്ടയത്തോ ചിറപ്പള്ളിയിലോ പോയി ഇടയ്ക്കൊരു സിനിമകണ്ടും താൻ ഉല്ലസിച്ച് ജീവിക്കുകയാണ്. പക്ഷേ, ഇപ്പോഴാർക്കും ഒരാൾ വെറുതെ ഉല്ലസിച്ച് ജീവിക്കുന്നു എന്നു പറഞ്ഞാൽ മനസ്സിലാകില്ല എന്ന് തോന്നുന്നു. എപ്പോഴും കൂടുതൽ പണമുണ്ടാക്കിക്കൊണ്ടിരിക്കുന്ന എന്തൊക്കെയോ പണികളിലേർപ്പെട്ട് കൊണ്ടിരിക്കണം. എങ്കിൽ ആളുകൾക്ക് തൃപ്തിയാകും.

അലക്സിന്റെയും വരവിൽനിന്ന് കൊച്ചുമ്മച്ചന് ഒരു കാര്യംകൂടി ബോദ്ധ്യമായി. തന്റെ കൈയിൽ കുറേ പണമുണ്ടെന്നും അതെങ്ങനെയെങ്കിലും ഒന്ന് വസൂലാക്കിയാൽ കൊള്ളാമെന്നും അവൻ ചിന്തിച്ച് വെച്ചിരിക്കുന്നു. തന്നെ ഒന്ന് സോപ്പിടാനായി, പങ്കിന് കൂടെ നിന്നോളാമെന്ന് ഒരു ഔദാര്യവും. അതും താൻ അബദ്ധത്തിൽ ചാടാതിരിക്കാൻ ആദ്യം എതിർത്തെന്ന് ഒരു ന്യായവും!

എന്നാൽ കൊച്ചുമ്മച്ചന് അലക്സിനെക്കുറിച്ച് ഇങ്ങനെയൊക്കെ ചിന്തിക്കേണ്ടിവരുന്നതിൽ മനസ്താപവും തോന്നി. തന്റെ മോന്റെ പ്രായം മാത്രമുള്ള, മോനേപ്പോലെ പണ്ടൊക്കെ താൻ അവധിക്ക് വരുമ്പോൾ ലാളിച്ചിരുന്ന കൊച്ചൻ!

വൈകുന്നേരം പാപ്പിക്കുഞ്ഞ് വന്ന് മണ്ണുക്കരയ്ക്കും ചിറപ്പള്ളിക്കും ഇടയിൽ പൂവേലിയിൽ നല്ലൊരു ഉരുവിനെ കണ്ടുവച്ചിട്ടുണ്ടെന്ന്

അറിയിച്ചു. ഇപ്പോൾത്തന്നെ കൊച്ചുമ്മച്ചൻ കൂടി വന്നു കണ്ട് വില പറഞ്ഞുറപ്പിച്ചാൽ സൗകര്യമായി.

ഉരുവിനെ കൊച്ചുമ്മച്ചനും കണ്ടിട്ടിഷ്ടമായി. വിലയെപ്പറ്റി അത്ര ഗ്രാഹ്യം ഇല്ലായിരുന്നെങ്കിലും പാപ്പിക്കുഞ്ഞ് ഇടപെട്ട് ഉടമസ്ഥൻ പറഞ്ഞ വിലയെക്കാൾ അല്പം കൂടികുറപ്പിച്ചു. പാപ്പിക്കുഞ്ഞിന് തന്റെ കൈയിൽ നിന്ന് കുറച്ചുകൂടി കമീഷൻ കിട്ടാനുള്ള അടവാണതെന്ന് തോന്നിയെങ്കിലും കൊച്ചുമ്മച്ചന്, പാപ്പിക്കുഞ്ഞിന്റെ നാടൻ തമാശകൾ കലർന്നുള്ള സംഭാഷണവും എന്നാൽ കാര്യഗൗരവം വിടാത്ത പെരുമാറ്റവും അയാളോട് ഒരു താല്പര്യം തോന്നിച്ചു.

ഉരുവിനെ ഇരുപത്തിമൂന്നിന് വൈകുന്നേരം കൊച്ചുമ്മച്ചന്റെ വീട്ടിൽ എത്തിക്കാമെന്ന് പറഞ്ഞുറപ്പിച്ച് അവർ മടങ്ങി.

തിരിച്ചുപോകുമ്പോൾ പാപ്പിക്കുഞ്ഞ് തന്നെയാണ് മറ്റൊരു പ്രധാനകാര്യം കൊച്ചുമ്മച്ചനെ ഓർമ്മിപ്പിച്ചത്. ഒരറവുകാരൻ വേണമെന്നുള്ള കാര്യം. സത്യത്തിൽ അതുവരെ കൊച്ചുമ്മച്ചൻ അക്കാര്യം ഓർത്തിരുന്നില്ല. പിന്നെ, തന്റെ ആശയം പങ്കുവെച്ചപ്പോൾ മറ്റാരുമത് ഓർമ്മിപ്പിച്ചതുമില്ല.

അറവുകാരനെ കണ്ടെത്തുക എന്നുള്ളത് ചില്ലറ പ്രശ്നം തന്നെയാണ്. മണ്ണുക്കരയിൽ രണ്ട് അറവുകടക്കാരുണ്ട്. എന്നാൽ അറവുകാരെല്ലാം ക്രിസ്മസ് ആഴ്ചയിൽ പിടിപ്പതു തിരക്കിലായിരിക്കും.

എന്നാൽ പാപ്പിക്കുഞ്ഞ് തന്നെ ആ പ്രശ്നത്തിനൊരു പോംവഴി കാണാമെന്നേറ്റു. തെല്ലപ്പുറത്ത് പാലച്ചോട്ടിൽ പൗലോസെന്ന ഒരറവുകാരനുണ്ട്. ഇപ്പോ ചില പ്രശ്നങ്ങൾ കാരണം അറവ് കടയൊക്കെ നിർത്തി പ്രത്യേകിച്ച് പണിയൊന്നുമില്ലാതെ ഇരിക്കുകയാണ്. നാളെ രാവിലെ തന്നെ പോയി അയാളെ പറഞ്ഞുറപ്പിച്ച് ക്രിസ്മസ് തലേന്ന് രാവിലെ പങ്കുകശാപ്പിന് കൊണ്ടുവരാം.

എന്തായാലും കാര്യങ്ങൾക്ക് ഒരു പുരോഗതി ഉണ്ടാകുന്നു. കൊച്ചുമ്മച്ചന് തെല്ലുന്മേഷം തോന്നി. അതുകൊണ്ട് തന്നെ കവലയിലെ ചായക്കടയിൽ കയറി പാലപ്പവും തേങ്ങായരച്ച മുട്ടക്കറിയും രുചികരമായി കഴിച്ചു. ചുറ്റുമിരുന്ന് കഴിക്കുന്നവരുടെ സംഭാഷണങ്ങളിൽനിന്ന് ഏതോ നാടൻ കിംവദന്തികളുടെ അരികുപുറങ്ങൾ കേട്ട് രസിക്കുകയും ചെയ്തു.

ആറ്

ഇനി ദിവസങ്ങളില്ല. പക്ഷേ, പങ്കുകാരെ ഇനിയും കണ്ടെത്തേണ്ടിയിരിക്കുന്നു. കൊച്ചുമ്മച്ചൻ മനസ്സിൽ കണക്കുകൂട്ടി നോക്കിയപ്പോൾ ഞരങ്ങി മൂളി അഞ്ചാറുപേരെ ഇതുവരെ ആയിട്ടുള്ളൂ. അടിയന്തരമായി കുറച്ചുപേരെക്കൂടി കണ്ടെത്തണം.

സ്വന്തം കുടുംബത്തിൽപെട്ടവരെ ഇനിയും നോക്കിയിട്ട് കാര്യമില്ല. മിക്കവർക്കും താല്പര്യമില്ല. പലയിടത്തും ഇറച്ചി കഴിക്കാൻ തക്ക ആരോഗ്യമുള്ള ആരുമില്ലതാനും. മക്കളൊക്കെ മറുനാടുകളിലും വിദേശത്തുമായി കുഴിയിലേക്ക് കാലും നീട്ടിയിരിക്കുന്ന കാലോ അരമുറിയോ വല്യപ്പനും വല്യമ്മയും മാത്രം വീട്ടിലൊണ്ട്.

എന്തായാലും ഇനി പരിചയവും ബന്ധവും ഒക്കെ നോക്കി പങ്കിന് ക്ഷണിക്കാൻ നിന്നിട്ട് കാര്യമില്ല. സെൻസസ് എടുക്കുന്ന സർക്കാർ ഉദ്യോഗസ്ഥരെപ്പോലെ മുൻപിൻ നോക്കാതെ കണ്ണിൽ കാണുന്ന വീടുകളെല്ലാം കയറിയിറങ്ങുക. എങ്ങനെയും ആളെ കിട്ടിയാൽ മതി. കൊച്ചുമ്മച്ചൻ തീരുമാനിച്ചു.

ഒരു കാര്യംകൂടി തീരുമാനിച്ചിരുന്നു. താൻ കണ്ട സ്വപ്നത്തെപ്പറ്റി ഇനി മേലിലെങ്കിലും ആരോടും പറയാതിരിക്കുക. സ്വപ്നത്തിന്റെ കാര്യം പറഞ്ഞുതുടങ്ങുന്നതോടെ തന്നെ, ആളുകൾ തനിക്ക് ലേശം ബുദ്ധിഭ്രമമോ മറ്റോ ഉണ്ടെന്ന രീതിയിലാണ് വീക്ഷിക്കുന്നതെന്ന് മനസ്സിലായിരിക്കുന്നു.

സ്വപ്നങ്ങളും ദർശനങ്ങളുമൊക്കെ ഈ വന്ന കാലത്ത് ആർക്കും പഥ്യമല്ല. അവയൊന്നുമില്ലാതെ വളരെ പ്രായോഗികമായ പദ്ധതികളും നടപടികളും മാത്രമേ എല്ലാവർക്കും മനസ്സിലാകൂ എന്ന് വന്നിരിക്കുന്നു.

കൊച്ചുമ്മച്ചൻ ഏതൊക്കെയോ ഇടവഴികളിലൂടെ നടന്ന് കുറേ വീടുകൾ കയറിയിറങ്ങി. മിക്കയിടത്തും തന്നെ ആളുകൾ അയാളെ ഒരത്ഭുത

മനുഷ്യനെയെന്നവണ്ണം നോക്കി. കൊച്ചുമ്മച്ചൻ ഏറെ പറഞ്ഞിട്ടും പലർക്കും കാര്യമങ്ങോട്ട് ബോദ്ധ്യപ്പെടാത്തതുപോലെ. പങ്കുകശാപ്പ് ചെയ്തുകിട്ടുന്ന നല്ല നാടൻ മൂരിയിറച്ചിയും തേങ്ങാക്കൊത്തൊക്കെയിട്ട് നന്നായി ഉലർത്തിയ ഇറച്ചിക്കറിയും പാലപ്പവും ക്രിസ്മസിന്റെ കൂട്ടായ്മയും എത്രയൊക്കെ കൊച്ചുമ്മച്ചൻ വർണ്ണിച്ചിട്ടും ആളുകൾക്ക് എന്തോ ഇതിലൊക്കെ ഒരു പന്തികേടുള്ളതുപോലെ. എന്നാൽ കൊച്ചുമ്മച്ചൻ ഏത് കുടുംബത്തിലെയാണെന്നും മറ്റും അറിഞ്ഞതോടെ ഏതാനും ചില വീട്ടുകാർ പങ്കിൽ ചേരാമെന്നും സമ്മതിച്ചു.

പൊരിവെയിലത്തുള്ള നടപ്പെല്ലാം കഴിഞ്ഞപ്പോൾ കൊച്ചുമ്മച്ചൻ നല്ല ക്ഷീണത്തോടെയാണ് ഉച്ചകഴിഞ്ഞൊന്ന് മയങ്ങിയത്. ഉണർന്നെഴുന്നേറ്റപ്പോൾ സമയം അഞ്ചര. ഒന്ന് മൂരി നിവർക്കവെ അയാൾക്ക് തെല്ലൊരു മനസ്സുഖം തോന്നി. എന്തായാലും അത്യാവശ്യത്തിന് ചില പങ്കുകാരായിട്ടുണ്ട്. ഇനി കുറച്ച് ഇറച്ചി മിച്ചം വരുകയാണെങ്കിൽ സാരമില്ല. ഏതെങ്കിലും അനാഥാലയത്തിലോ അഗതിമന്ദിരത്തിലോ ദാനം ചെയ്യാൻ ഏർപ്പാടാക്കാം.

തലയിൽ എണ്ണ തേച്ച് വിസ്തരിച്ചൊന്ന് കുളിക്കാൻ ഭാവിക്കവെയാണ് ഗെയിറ്റിൽ കാറിന്റെ ഹോൺ മുഴങ്ങുന്ന ശബ്ദം കേട്ടത്. ചെന്ന് നോക്കിയപ്പോൾ ഫിലിപ്പ് കുട്ടി. കൂടെ അലക്സുമുണ്ട്. രണ്ടാളുടേയും മുഖങ്ങളിൽ തികഞ്ഞ ഗൗരവം.

ഫിലിപ്പ് കുട്ടി വീട്ടിലേക്ക് കയറുംമുമ്പെ തന്നെ വലിഞ്ഞ് മുറുകിയ സ്വരത്തിൽ പറഞ്ഞു: "ഏതായാലും കൊച്ചുമ്മച്ചായൻ നമ്മുടെ കുടംബത്തിന് നല്ല മാനമാ ഉണ്ടാക്കുന്നത്." കൊച്ചുമ്മച്ചന് ഒന്നും മനസ്സിലായില്ല. ഇവനെന്തൊക്കെയാണീ പറഞ്ഞുവരുന്നത്. പങ്കു കശാപ്പിന്റെ കാര്യമാണേൽ അത് പുതിയ ഒരു കാര്യമല്ലല്ലോ ഇപ്പോൾ.

വരാന്തയിലെ കസേരയിൽ ഇരുന്നുകൊണ്ട് ഫിലിപ്പ് കുട്ടി പറഞ്ഞു:

"അച്ചായാ നമ്മള് നമ്മടെ നെലേം വെലേം നോക്കാതെ കണ്ട ചെമ്മാനേം ചെരുപ്പുകുത്തിയേം ഒക്കെ പിടിച്ച് കൂട്ടത്തിൽ കൂട്ടാൻ തൊടങ്ങിയാ നാട്ടുകാര് ചിരിക്കും. അച്ചായന് മാത്രമല്ല, ഞങ്ങക്കെല്ലാം നാണക്കേടാ."

കൊച്ചുമ്മച്ചന് ലേശം ദേഷ്യം വന്ന് തുടങ്ങിയിരുന്നു. "നീ കാര്യമെന്താന്ന് പറഞ്ഞില്ല."

ഫിലിപ്പ് കുട്ടി കസേരയിൽ ഒന്നിളകിയിരുന്നുകൊണ്ട് പറഞ്ഞു:

"കൊച്ചുമ്മച്ചൻ പങ്കുകശാപ്പിന് കൂടെ കൂട്ടിയിരിക്കുന്ന കുറേ വീട്ടുകാരുണ്ടല്ലോ. അവരൊക്കെ ആരാന്നറിയാമോ? ഒരു കാലത്ത് നമ്മുടെ അപ്പച്ചനൊണ്ടാരുന്ന കാലത്ത് കുടുംബവീടിന്റെ പരിസരത്തുപോലും വരാൻ ധൈര്യപ്പെടാതിരുന്ന കഞ്ഞി അവറാച്ചന്റെ രണ്ട് മക്കടെ വീട്ടിലാ ഇന്ന് അച്ചായൻ ലാവിഷായിട്ട് അങ്ങ് കേറിച്ചെന്നത്. അവനൊക്കെ പേർഷ്യേ പോയി കൊറേ കാശൊണ്ടാക്കീന്ന് വച്ച് നമ്മുടെ കുടുംബത്തിന്റെ ഏഴയലത്തേക്ക് നിക്കാനുള്ള യോഗ്യതയില്ല. ഇതാദ്യമായിരി

ക്കണം നമ്മുടെ കുടുംബത്തീന്ന് ഒരാൾ അവിടെ കേറിച്ചെന്ന് അവര് തന്ന ചായേം കുടിച്ചിരുന്നത്. അതും പോരാഞ്ഞിട്ട് നാല് പെലകുടുംബ ങ്ങളിലും അച്ചായൻ ഇന്ന് പോയില്ലിയോ? സസന്തോഷം അവരും വരും. വിരുത്തിപ്പറമ്പിലെ യോഗ്യന്മാര് ആണുങ്ങൾക്കൊപ്പം പങ്കുകൂടാൻ!"

ഫിലിപ്പുകുട്ടി പറഞ്ഞുവരുന്നത് എന്താണെന്നറിഞ്ഞ് കൊച്ചുമ്മച്ചൻ ഞെട്ടിപ്പോയി. ദൈവമേ, ഇത്ര കൊച്ചായിപ്പോയല്ലോ ഇവന്റെയൊക്കെ ലോകം. അരിശത്തേക്കാളേറെ സഹതാപമാണ് തോന്നുന്നത്. ഇവ നൊക്കെ എത്തിനില്ക്കുന്നത്....

കൊച്ചുമ്മച്ചൻ അലക്സിനോടു ചോദിച്ചു.

"മോനേ നിനക്കും ഇതുതന്നെയാണോടാ അഭിപ്രായം?"

ഒരവസരം കിട്ടാൻ കാത്തിരിക്കുന്നതുപോലെ ആവേശത്തോടെ അലക്സ് പറഞ്ഞു: "ഞാൻ തന്നെയാ അച്ചായന്റെ ഭവനസന്ദർശന ത്തിന്റേം പങ്കൂടൽ ക്ഷണത്തിന്റെയുമൊക്കെ കാര്യം ഫിലിപ്പ് കുട്ടിച്ചാ യനോട് പറഞ്ഞത്. എന്റെ ചെല കൂട്ടുകാര് വഴിയാ ഞാനീ വിവരങ്ങളറി ഞ്ഞത്. ഇപ്പോത്തന്നെ കവലയിലൊക്കെ ഇത് വല്യ സംസാരവിഷയമാ യിരിക്കുവാ. വിരുത്തിപ്പറമ്പിലെ കൊച്ചുമ്മച്ചൻ അവിരോൻ പെലയന്റേം പത്രോസ് പെലയെന്റേമൊക്കെ ബന്ധുവാകാൻ പോകുവാണോന്നാ ആൾക്കാര് ചോദിക്കുന്നത്?"

കൊച്ചുമ്മച്ചന് മനസ്സിലായി. അപ്പോൾ ഇവനോടും പറഞ്ഞിട്ട് കാര്യ മൊന്നുമില്ല. അവന്റെ ചെറിയുപ്പാപ്പനേക്കാൾ ഒരു പടികൂടി മുമ്പിലാണ് അവന്റെ അന്ധത. എങ്കിലും കൊച്ചുമ്മച്ചൻ പറഞ്ഞു: "ഇനിയുള്ള കാലത്ത് ഈ ജാതീം കുടുംബമേന്മേം ഒക്കെ പറഞ്ഞോണ്ടിരുന്നാ വല്ല പ്രയോജനവുമുണ്ടോ? അവസരങ്ങളുണ്ടായാ കഴിവുള്ളവര് ജയിച്ച് കേറും. പണമുണ്ടാക്കും. നന്നായി ജീവിക്കും. എല്ലാവരുടെടേലും ബുദ്ധി മാന്മാരും മിടുക്കന്മാരുമൊണ്ട്. അത് മനസ്സിലാക്കണം."

ഫിലിപ്പ് കുട്ടി വീറോടെ പറഞ്ഞു: "ശരിയാ, പെലയന്മാർക്കും ബുദ്ധി യുണ്ടെങ്കില് ജയിച്ച് കേറാം. മിടുക്കനാകാം. പക്ഷേ, അച്ചായാ ആ മിടു ക്കന്മാര് അവരുടെടേല് മാത്രമേ മിടുക്കന്മാരാവൂ. കൊള്ളാവുന്ന കുടും ബക്കാര് നസ്രാണികളുടെടേലും ഹിന്ദുക്കളുടെടേലും അവർക്ക് ഒരി ക്കലും വെലയുണ്ടാകുകേല. അവരുമായി നമ്മള് ബന്ധുത കൂടാനോ ചങ്ങാത്തം കൂടാനോ പോവില്ല. അവന്മാര് എത്ര വല്യ ഉദ്യോഗം ഭരി ച്ചാലും നമ്മുടെ മുമ്പില് അവർക്ക് ഒരു വെലേമില്ല."

കൊച്ചുമ്മച്ചൻ സൗമ്യനായി പറഞ്ഞു. "അതിന് ഞാനവരുമായിട്ട് ബന്ധുത കൂടാനൊന്നുമല്ലല്ലോ പോയത്. ഒരു പങ്ക് കശാപ്പിന് കൂടാനല്ലേ വിളിച്ചുള്ളൂ."

"മതിയല്ലോ, പങ്ക് കൂടുകാന്ന് പറഞ്ഞാ ഒപ്പത്തിനൊപ്പം. ഒപ്പമൊള്ള വര് തമ്മിലുള്ള ഒരു ഏർപ്പാടല്ലേ? അപ്പോ ഇവിടെവന്ന് പങ്ക് കൂടിയാ നാളെ അതിങ്ങോട്ടൊക്കെ ലോഹ്യം കൂടാനുള്ള ക്ഷണമാന്നാരിക്കും അവ രുടെ ചിന്ത. ഇവിടെ വന്നാപ്പിന്നെ, ന്യായമായിട്ടും എന്റേടുത്തും തോമാ

ച്ചായന്റടുത്തും ഒക്കെ കഞ്ഞി അവറാച്ചന്റെ മക്കളും പെലക്കിടാത്തന്മാരുമൊക്കെ സമന്മാരായെന്നാണല്ലോ അർത്ഥം."

കൊച്ചുമ്മച്ചൻ ഇതിന് മറുപടിയൊന്നും പറയാതെ വെറുതെ നില്ക്കുന്നത് കണ്ട് ഫിലിപ്പ് കുട്ടി അല്പംകൂടി ശാന്തഭാവത്തിൽ പറഞ്ഞു: "അതുകൊണ്ട് ഉമ്മച്ചായൻ ഒരു കാര്യം ചെയ്താട്ട്. നമ്മളിപ്പ പറഞ്ഞ വീട്ടുകാരെ പങ്കീന്ന് അങ്ങ് ഒഴിവാക്കുകാന്ന് അവരെ അറിയിക്കാം. നമ്മള് കുടുംബക്കാര് തന്നെ കുറേപ്പേര് കൂടി വന്നുപോയെന്നോ മറ്റോ ഒരു തൊടുന്യായം പറഞ്ഞാമതി. ആർക്കും അലോഹ്യമില്ല."

കൊച്ചുമ്മച്ചന് ഇപ്പോൾ നല്ല ക്ഷോഭം വന്നു. "അത് കൊള്ളാം. നിന്നോടൊക്കെ ആദ്യം ഞാൻ പങ്ക് കശാപ്പെന്ന് പറഞ്ഞപ്പോ എന്തൊരു പുച്ഛമായിരുന്നു. ഒടുവില് ഞരങ്ങീം മൂളീം ആട്ടെന്ന് പറഞ്ഞു. എന്നിട്ടിപ്പോ സന്തോഷമായി പങ്കുകൂടാൻ വന്നവരെ ഒഴിവാക്കി വിടണമെന്നോ? നല്ല ഉപദേശം!"

ഫിലിപ്പ് കുട്ടിയും അലക്സും മുഖാമുഖം നോക്കി. "അല്ലാ... ഉമ്മച്ചായൻ ഞങ്ങള് പറഞ്ഞത് തെറ്റിദ്ധരിച്ചു. നമ്മുടെ കുടുംബത്തിന്റെ മാനമല്ലിയോ വലുത്. അതിന് ചെയ്യേണ്ട കാര്യമെന്താന്നേ ഫിലിപ്പു കുട്ടിച്ചായൻ പറഞ്ഞുള്ളൂ." അലക്സ് അനുനയസ്വരത്തിൽ പറഞ്ഞു.

"എന്തായാലും ഞാൻ പങ്കിന് വിളിച്ചവരെ എനിക്കിനി ഒഴിവാക്കാനാവില്ല. എന്റെ വാക്കിന് ഒരു വില വേണമല്ലോ." കൊച്ചുമ്മച്ചന്റെ വാക്കുകൾ ശാന്തമെങ്കിലും തീർപ്പിന്റെ മൂർച്ച സ്ഫുരിക്കുന്നതായിരുന്നു.

പെട്ടെന്ന് ഫിലിപ്പുകുട്ടി എഴുന്നേറ്റ് നിന്നിട്ട് പറഞ്ഞു. "എന്നാപ്പിന്നെ ഒരു കാര്യം. പങ്കിന് ഞാൻ ഉണ്ടാവില്ല. ചിലപ്പോ ഈ അലക്സിന്റെ വിടുന്നും ആരും ഉണ്ടായെന്ന് വരില്ല."

കൊച്ചുമ്മച്ചൻ ആകെ അമ്പരന്നുപോയി. ഇടയ്ക്കിടെ ചില്ലറ അഭിപ്രായവ്യത്യാസങ്ങളൊക്കെയുണ്ടെങ്കിലും തന്റെ പുന്നാര അനിയനാണിവൻ. അവൻ തന്നോട് പിണങ്ങിപ്പോകാനോ! അയാൾ കസേരയിൽനിന്ന് തിടുക്കത്തിലെഴുന്നേറ്റ് ഫിലിപ്പുകുട്ടിയുടെ വഴി തടഞ്ഞു നിന്നു. "എടാ, നീ എന്നോട് പെണങ്ങിപ്പോകുന്നോ, പറയടാ." ഒരേ സമയം ആ വാക്കുകളിൽ ശാസനയും വിഷമവും ഉൽക്കണ്ഠയുമെല്ലാമുണ്ടായിരന്നു.

ഫിലിപ്പുകുട്ടിയുടെ ധാർഷ്ട്യം, മുമ്പിൽ പൊടുന്നനെ അപൂർവ്വമായൊരു ശക്തിയോടെ നിറഞ്ഞുനില്ക്കുന്ന ജ്യേഷ്ഠന്റെ മുമ്പിൽ പരുങ്ങി. സദാ സൗമ്യമായ ജ്യേഷ്ഠന്റെ മുഖത്ത് ഇപ്പോൾ അളന്നെടുക്കാനാവാത്ത ഒരു കല്പനാ ഗാംഭീര്യം അലയടിക്കുന്നത് പോലെ. പെട്ടെന്ന് ഫിലിപ്പ് കുട്ടി വെറുതെ അനിയൻ കുട്ടിയും കൊച്ചുമ്മച്ചൻ പ്രഭാവമുള്ള ജ്യേഷ്ഠനുമായത് പോലെ.

"അത്..... പിന്നെ..... അച്ചായാ ഞാൻ പറഞ്ഞതിത്ര മാത്രം. ആ എന്തരവന്മാര് കൂടി വരുന്ന പങ്ക് കശാപ്പിൽ ഞങ്ങൾക്ക് കൂടാൻ ഇത്തിരി വിഷമമുണ്ടെന്ന് മാത്രം. അതുകൊണ്ട് അച്ചായനോട് പിണങ്ങി എന്നാര്

പറഞ്ഞു. അഭിപ്രായവ്യത്യാസമെന്ന് പറഞ്ഞാല് പിണക്കമാണോ?”

കൊച്ചുമ്മച്ചൻ ചെറുതായി ഒന്ന് ചിരിച്ചു. “ശരി അങ്ങനെയെങ്കിൽ അങ്ങനെ. എന്തായാലും ഞാൻ നിങ്ങളെ പങ്കിന് തീർച്ചയായും പ്രതീക്ഷിക്കും.”

രാത്രിയിലെ കുളിരിൽ പള്ളിയിലെ ക്രിസ്മസ് കാരൾ കേൾക്കാനായി നടക്കുമ്പോഴും ക്വയർ മാധുര്യമൂറുന്ന ഗീതങ്ങൾ ആലപിക്കുമ്പോഴും കൊച്ചുമ്മച്ചന്റെ മനസ്സ് ദുഷ്ചിന്തകളാൽ ഇടയ്ക്കിടെ കലുഷമായി. പങ്ക് കശാപ്പ് നടത്തി കൂട്ടായ്മയുടെ സ്വാദ് നുകരാൻ ശ്രമിക്കുമ്പോഴും ഭിന്നിപ്പിന്റെയും കലഹത്തിന്റെയും കയ്പ് നാക്കിൽ കയറിപ്പറ്റുകയാണോ?

അങ്ങനെ ആകാതിരിക്കട്ടെ. എന്ന് ദൈവത്തോട് കൊച്ചുമ്മച്ചൻ ഏകാഗ്രമായി പ്രാർത്ഥിക്കാൻ ശ്രമിച്ചു. എന്നാൽ മനസ്സിന് ഏകാഗ്രത കൈവരാതെ, ദുഃസ്വാദുകളും ചീത്ത ഗന്ധങ്ങളും കൊച്ചുമ്മച്ചനെ വിഷമിപ്പിച്ചു.

ഏഴ്

എന്നാൽ രാവിലെ ഉണർന്നപ്പോൾ മുതൽ കൊച്ചുമ്മച്ചന് എങ്ങനെയോ നല്ല ചങ്കുറപ്പ് തോന്നി. ഇന്നേതായാലും പങ്കുകശാപ്പ് നടക്കും. ഇനി ഒന്നും പ്രതിബന്ധമില്ല. എന്തായാലും പങ്കുകൂടാമെന്ന് ഏറ്റവരിൽ കുറച്ച് പേരെങ്കിലും വന്നാൽ തനിക്ക് സന്തോഷമായി. ബാക്കി കുറെ ഇറച്ചി ആരും വാങ്ങാനില്ലാതെ വന്നാൽ ഏതെങ്കിലും അനാഥമന്ദിരത്തിലേല്പിക്കാം. അങ്ങനെയായാലും സന്തോഷിക്കാം.

പറഞ്ഞുറപ്പിച്ചിരുന്നതുപോലെ അറവുകാരൻ പൗലോസ് കാലത്ത് ഏഴുമണിയായപ്പോഴേ എത്തിച്ചേർന്നു. പൗലോസിന്റെ കൂടെ ഒരു സഹായിയും ഉണ്ടായിരുന്നു. അയാളുടെ പേരപ്പന്റെ മകൻ കുഞ്ഞുചെറുക്കൻ.

കാപ്പികുടി കഴിഞ്ഞ് ഉരുവിനെ കണ്ടതും പൗലോസ് പറഞ്ഞു:

“നല്ല സ്വയമ്പൻ ഇറച്ചിയായിരിക്കും സാറേ. ഇവൻ കൊള്ളാം.”

പറമ്പിന്റെ മൂലയിലുള്ള പുളിമരത്തിന്റെ ചുവട്ടിലായിരുന്നു കശാപ്പ്. കശാപ്പ് നടത്തിയിട്ട് പോത്തിന്റെ തോലിൽതന്നെയാണ് ഇറച്ചി വിതാനിച്ചിരുന്നത്. കശാപ്പ് നടത്തവെ വീട്ടിലിരുന്ന കൊച്ചുമ്മച്ചൻ, കുഞ്ഞുചെറുക്കൻ വന്ന് ഇറച്ചി വിതാനിക്കാൻ തുടങ്ങിയെന്നറിയിച്ചതും അവിടെയെത്തി.

പാപ്പിക്കുഞ്ഞ് കൂടി ഇവിടെയുണ്ടായിരുന്നെങ്കിൽ നന്നായിരുന്നു എന്ന് കൊച്ചുമ്മച്ചന് തോന്നി. പക്ഷേ, അത്യാവശ്യമായി അയാളുടെ അളിയന്റെ കൂടെ വണ്ടൻമേടുവരെ ഒന്ന് പോകേണ്ടതുണ്ടെന്ന് തലേന്ന് വൈകുന്നേരം പാപ്പിക്കുഞ്ഞ് കൊച്ചുമ്മച്ചനെ അറിയിച്ചിരുന്നു.

ഇറച്ചി തോലിന്റെ മുകളിൽ വിതാനിച്ച് വെച്ചിരിക്കുന്നത് കണ്ട് കൊച്ചുമ്മച്ചൻ തൃപ്തിയോടെ നോക്കി. കരള്, കൈക്കുറക്, കാൽക്കുറക്, വാരിയെല്ല്- ഓരോ ഭാഗങ്ങളും ഓരോ കൂട്ടമായി അങ്ങനെ മാറ്റി വച്ചിരി

ക്കുന്നു. പങ്കുകാർ വന്നു തുടങ്ങുമ്പോൾ എല്ലാ ഭാഗങ്ങളിൽ നിന്നും അംശങ്ങളുള്ള പങ്കു കൂട്ടങ്ങളാക്കി മാറ്റിയാൽ മതിയെന്ന് പൗലോസ് പറഞ്ഞു.

പത്തുമണിയോടെ പങ്ക് ഇറച്ചി വാങ്ങാൻ തന്റെ വീട്ടിലേക്ക് വരാനായിരുന്നു കൊച്ചുമ്മച്ചൻ ആളുകളോട് പറഞ്ഞിരുന്നത്. എന്നാൽ സമയം പത്തരയായിട്ടും ആരെയും കണ്ടില്ല.

"ആരെയും കാണുന്നില്ലല്ലോ സാറേ" കൊച്ചുമ്മച്ചന്റെ ഉൽക്കണ്ഠ പൗലോസ് തന്നെ പറഞ്ഞു. ഒരു ചെറുബീഡികത്തിച്ച് പുകയെടുത്തുകൊണ്ട് പൗലോസ് തുടർന്നു: "പണ്ടൊക്കെ പങ്കെന്ന് പറഞ്ഞാ, കശാപ്പ് കഴിയുന്നതുവരെ പങ്കുകാർ നമ്മുടെ ചുറ്റിനും കാണും. ഓരോരുത്തരും കൈക്കുറക് സൊല്പം കൂടീട്, അല്ലെങ്കിൽ വാരിയെല്ല് ലേശം കൂടി; അല്ലെങ്കിൽ കരള് ലേശം കൂടി എന്നൊക്കെ അടുക്കുപറഞ്ഞ് ചുറ്റും നിക്കും. അന്നേരം ചെലപ്പം ഞാൻ എന്തെങ്കിലും കന്നത്തരം ചെലവന്മാരോട് പറയും. അവന്മാര് ഇങ്ങോട്ടും വല്ലോം പറയും. ഒന്നിനും വേണ്ടീട്ടല്ല. ചുമ്മാ ഒരു രസം. ഇപ്പഴ് ദേണ്ട് ഒരുത്തനുമില്ല, ഒന്ന് മേക്കിടാനും മിണ്ടാനും."

സമയം വീണ്ടും ഏന്തിവലിഞ്ഞ് നീങ്ങി. എന്നിട്ടും ആരും എത്തിയില്ല.

"എന്നതാ സാറേ ഇത്. സാറിനി ദിവസോം സമയോമൊക്കെ ആൾക്കാർക്ക് പറഞ്ഞുകൊടുത്തപ്പോ വല്ല പെശകും പറ്റിയോ." പൗലോസ് ചോദിച്ചു. കൊച്ചുമ്മച്ചന് ഒന്നും മിണ്ടാൻ കഴിഞ്ഞില്ല. ദയനീയമായി പൗലോസിന്റെ മുഖത്തേക്ക് നോക്കി.

അപ്പോൾ ഒരു കാർ ഇരമ്പിപ്പാഞ്ഞ് വീട്ടുമുറ്റത്ത് വന്ന് നിന്നു. ആകാംക്ഷയോടെ കൊച്ചുമ്മച്ചനും പൗലോസും കുഞ്ഞുചെറുക്കനും അങ്ങോട്ട് നോക്കി. കാറിൽ നിന്നിറങ്ങി വന്നത് അലക്സായിരുന്നു.

കൊച്ചുമ്മച്ചന് തെല്ലത്ഭുതം തോന്നി. ഏറെ എതിർപ്പ് പറഞ്ഞവൻ തന്നെയാണല്ലോ ഇപ്പോ ആദ്യം എത്തിയിരിക്കുന്നത്. ഒരർത്ഥത്തിൽ നല്ല കാര്യം തന്നെ. എതിർപ്പുണ്ടായിരുന്നവർതന്നെ പങ്കിന്റെ ഉദ്ഘാടനം നടത്തട്ടെ. ഒരുപക്ഷേ, തന്റെ പങ്കുപരിപാടി കൂടുതൽ വിജയിച്ചു എന്ന് കരുതാം.

അലക്സ് സമീപത്തെത്തിയപ്പോൾ കൊച്ചുമ്മച്ചൻ ചിരിച്ചുകൊണ്ട് പറഞ്ഞു. "അപ്പോ ഉദ്ഘാടകനാകാൻ തന്നെ തീരുമാനിച്ചു അല്ലേടാ കൂവേ."

എന്നാൽ അലക്സ് ചിരിച്ചില്ല. അവന്റെ മുഖത്ത് തികഞ്ഞ ഗൗരവം. അവൻ തോലിൽ വിതാനിച്ചിട്ടിരിക്കുന്ന ഇറച്ചിക്കൂട്ടങ്ങളിലേക്ക് ഒന്ന് നോക്കി. പിന്നെ എന്തോ രഹസ്യം പറയുന്ന മുഖഭാവത്തോടെ ശബ്ദം താഴ്ത്തി കൊച്ചുമ്മച്ചനോട് പറഞ്ഞു: "അച്ചായാ കാര്യങ്ങളൊക്കെ കുഴപ്പത്തിലായിരിക്കയാണ്. ഇവിടെ കശാപ്പ് ചെയ്ത പോത്തിന് ഗുരുതരമായ ഏതോ സൂക്കേടാണെന്നോ മറ്റോ ഒരു വാർത്ത എല്ലായിടത്തും പരന്നിട്ടുണ്ട്. സൂക്കേടെന്ന് പറഞ്ഞാൽ ആന്ത്രാക്സ് പോലെ വളരെ സീരി

യസ് സംഭവം. നമ്മുടെ വീട്ടിൽ ഇന്നുരാവിലെ ഫോണിലൂടെയാ വിവരം കിട്ടിയത്. ആരാ വിളിച്ചതെന്ന് മനസ്സിലായില്ല. ആരാന്ന് ചോദിച്ചപ്പോ കാര്യങ്ങൾ ശരിക്കറിയാവുന്ന ഒരാള് എന്ന് മാത്രം പറഞ്ഞു. അല്പം കഴിഞ്ഞപ്പോ നമ്മടെ കൂട്ടത്തിലെ പല വീടുകളിൽനിന്നും ഫോൺ വന്നു. എല്ലായിടത്തും വീട്ടിൽ വന്ന പോലത്തെ കോളുകൾ വന്നിരിക്കുന്നു. ഉരു വാങ്ങലിൽ അച്ചായന് വല്ലാത്തൊരു കളിപ്പ് പറ്റിപ്പോയല്ലോ എന്നാ എല്ലാവരും പറയുന്നത്."

കൊച്ചുമ്മച്ചന് ആകെ ഒരു ഉഷ്ണസഞ്ചാരമുണ്ടായി. കണ്ണും കാതുമെല്ലാം പെട്ടെന്ന് ഒരു മൂടാപ്പിലകപ്പെട്ടതുപോലെ.

അയാൾ അലക്സിനോട് ചോദിച്ചു: "പക്ഷേ, എല്ലാവരും നീയിപ്പറഞ്ഞതങ്ങ് വിശ്വസിച്ചിരിക്കുകയാണോ. ആരോ ഫോണിലെന്താ വിളിച്ച് പറഞ്ഞൂന്നും വച്ച്...."

"വിശ്വസിക്കുന്നോ അല്ലയോ എന്നുള്ളതല്ലച്ചായാ വിഷയം. ഇങ്ങനൊരു വാർത്ത കേട്ടാൽ ആരും ഒന്നറയ്ക്കുകേലേ. വെറുതെ വഴിയേ പോകുന്ന വയ്യാവേലി എടുത്ത് തലയിൽ വെക്കണ്ടന്നെല്ലേ ആരും വിചാരിക്കൂ."

ചെറ്റൊരു മൗനത്തിനുശേഷം ഒരു ദീർഘനിശ്വാസത്തോടെ കൊച്ചുമ്മച്ചൻ ചോദിച്ചു: "എന്ന് വച്ച് പങ്കിന് ആരും വരികേലന്നാണോ?" "അതേ. എന്ന് തന്നെയാ എനിക്ക് തോന്നുന്നത്. ഇപ്പോ ഞങ്ങടെ വീട്ടിത്തന്നെ ഈ ഇറച്ചി ആരും കഴിക്കാൻ കൂട്ടാക്കില്ല. കാര്യം ശരിയാ. പലപ്പോഴും നമ്മള് കടേന്ന് വാങ്ങിക്കുന്ന ഇറച്ചി രോഗമുള്ള ഉരുവിന്റേതാണോ അല്ല്യോ എന്നൊന്നും നമുക്ക് ഒരു നിശ്ചയമില്ല. പിന്നെന്താ? ഒരു ധൈര്യത്തിന് നമ്മള് കഴിക്കുന്നു. പക്ഷേ, ഇതിപ്പോ ഇങ്ങനൊരു സംസാരം വ്യക്തമായും ഉണ്ടായിക്കഴിഞ്ഞ സ്ഥിതിക്ക് ആർക്കും ഇത് വാങ്ങാൻ ഊതെറപ്പുണ്ടാകില്ല."

വീട്ടുമുറ്റത്ത് മറ്റൊരു കാർ വന്നുനിന്നു. സണ്ണിക്കുട്ടിയായിരുന്നു. അയാൾ വളരെ തിടുക്കത്തിൽ പുളിഞ്ചോട്ടിലേക്ക് നടന്നുവന്നു.

വന്നപാടെ സണ്ണിക്കുട്ടി പറഞ്ഞു: "കൊച്ചുമ്മച്ചാ, നീ പുലിവാല് പിടിച്ചത് പോലായല്ലോ. ഇത് പേപ്പട്ടി കടിച്ച ഉരുവാന്ന് ഒരു സംസാരം ഉണ്ടായിരിക്കുവാ. അതുകൊണ്ട് ആരും ഇതുവാങ്ങാൻ വരുമെന്ന് തോന്നുന്നില്ല. നാട്ടില് മുഴുവൻ വാർത്ത കാട്ടുതീപോലെ പടർന്നെന്നാ തോന്നുന്നത്. ഇപ്പ എന്റെ വീട്ടില് എനിക്ക് പ്രശ്നമൊന്നുമില്ലെങ്കിപ്പോലും പെണ്ണുമ്പിള്ള ഈ ഇറച്ചി വീട്ടിലോട്ട് കേറ്റാൻ ഒരു വിധത്തിലും ഒരുക്കമല്ല."

അലക്സ് പറഞ്ഞു: "അതുകൊള്ളാം. പേപ്പട്ടി കടിച്ചതാണ് അല്ലേ. ആന്ത്രാക്സ് പോലെ എന്തോ ഭയങ്കര സൂക്കേടാണെന്ന് വേറൊരു സംസാരമൊണ്ട്. എന്തായാലും പേപ്പട്ടി കടിച്ച ഉരുവാന്നുംകൂടി ജനം കേട്ടാപ്പിന്നെ അസ്സലായി..."

പൗലോസും കുഞ്ഞുചെറുക്കനും കാത് കൂർപ്പിച്ച് സാറന്മാർ എന്തോ പ്രശ്നം സംസാരിക്കുകയാണെന്ന് മനസ്സിലാക്കി നില്ക്കുകയായിരുന്നു.

ഒന്ന് കാർക്കിച്ച് തുപ്പിയിട്ട് പൗലോസ് പറഞ്ഞു: "സാറേ, ഇത് കൊലച്ച തിയായിപ്പോയല്ലോ. ഞാനീ കശാപ്പ് ചെയ്ത ഉരുവിന് എന്തെങ്കിലും പ്രശ്നമുള്ളതായി എനിക്ക് തോന്നുന്നില്ല. ഇതാരോ മനഃപൂർവ്വം കൊച്ചുമ്മച്ചൻ സാറിനെ ദ്രോഹിക്കാനഴിച്ചുവിട്ട ഗുണ്ടാണ്."

ഇറച്ചിക്കൂട്ടങ്ങളിലേക്ക് നോക്കിക്കൊണ്ട് സണ്ണിക്കുട്ടി പറഞ്ഞു:

"എനിക്കും അതുതന്നെയാണ് തോന്നുന്നത്. ആരോ അടിച്ചിറക്കിയ ഗുണ്ട് തന്നെയാണിത്. പാപ്പിക്കുഞ്ഞ് ഇടനിലനിന്ന ഒരു ഇടപാടിൽ ഇങ്ങനെയൊരു കളിപ്പ് പറ്റുമെന്ന് എനിക്ക് തോന്നുന്നില്ല. പക്ഷേ, ഇതൊന്നും പറഞ്ഞിട്ട് കാര്യമില്ലല്ലോ. പ്രശ്നമുള്ള ഉരുവല്ലെന്ന് ആളുകളെ വിശ്വസിപ്പിക്കുകാന്ന് പറഞ്ഞാൽ..... ഇല്ല. അത് നടപ്പൊള്ള കാര്യമേയല്ല."

കൊച്ചുമ്മച്ചന് ഉടനെതന്നെ ഒന്നിരിക്കുകയോ കിടക്കുകയോ ചെയ്താൽ കൊള്ളാമെന്ന് തോന്നി. മനസ്സിനും ശരീരത്തിനും വല്ലാത്ത ഭാരം. അയാൾ പുളിയുടെ ചോട്ടിൽ തടിയിലേക്ക് ചാഞ്ഞിരുന്നു. കൊച്ചുമ്മച്ചന്റെ പരവേശം കണ്ട് സണ്ണിക്കുട്ടി ഉൽക്കണ്ഠയോടെ ഉറ്റുനോക്കി. സണ്ണിക്കുട്ടിയും കൊച്ചുമ്മച്ചന് സമീപം നിലത്തിരുന്നു. പിന്നെ കൊച്ചുമ്മച്ചന്റെ തോളത്ത് തട്ടിക്കൊണ്ട് പറഞ്ഞു. "സാരമില്ലെടാ. നീയിത് മറന്നുകള. എനിക്കറിയാം നിന്റെ വിഷമം. പക്ഷേങ്കില് നീയിത് വിട്ടുകള. ഇറച്ചി നമുക്ക് കുഴിച്ചുമൂടാം. കശാപ്പുകാരെ പൈസയും കൊടുത്ത് വേഗം പറഞ്ഞുവിടുകേം ചെയ്യാം."

കൊച്ചുമ്മച്ചൻ ഒന്നും പറയാതെ ഇരു കാൽമുട്ടുകളിലും മുഖം ചേർത്ത് വെറുതെ മിഴിച്ചിരുന്നു. വിതാനിച്ചുവച്ചിരിക്കുന്ന ഇറച്ചിക്ക് തെല്ലു മാറി കാക്കകൾ കലപില കൂട്ടിക്കൊണ്ടിരുന്നു. മൂന്നുനാല് കില്ലപ്പട്ടികൾ കൊതിപിടിച്ച് ചുറ്റിക്കളിച്ചുനിന്നു.

"അല്ലാ, ആരോ പാർട്ടികള് ഇങ്ങോട്ട് വരുന്നുണ്ടല്ലോ." വീടിന്റെ മുൻഭാഗത്തേക്ക് നോക്കിക്കൊണ്ട് അലക്സ് പറഞ്ഞു.

കൊച്ചുമ്മച്ചനും സണ്ണിക്കുട്ടിയും അതുകേട്ട് അങ്ങോട്ടു നോക്കി.

"പരിചയമുള്ളവരല്ലെന്ന് തോന്നുന്നു." സണ്ണിക്കുട്ടി സൂക്ഷിച്ച് നോക്കിക്കൊണ്ട് പറഞ്ഞു.

അപരിചിതൻ ഒരാൾ മദ്ധ്യവയസ്സ് കഴിഞ്ഞയാളും മറ്റേയാൾ ചെറുപ്പക്കാരനുമായിരുന്നു. അവർ പുളിഞ്ചോട്ടിലെത്തി കശാപ്പ് ചെയ്തിട്ടിരിക്കുന്ന ഇറച്ചിയിലേക്കും അവിടെ നില്ക്കുന്നവരുടെ മുഖങ്ങളിലേക്കും മാറി മാറി നോക്കി. പിന്നെ മദ്ധ്യവയസ്കൻ ചോദിച്ചു.

"ഇവിടെയാരാണ് കൊച്ചുമ്മച്ചൻ എന്നെയാൾ?" അയാളുടെ സ്വരത്തിൽ തെല്ല് ഗൗരവം കലർന്നിരുന്നു.

കൊച്ചുമ്മച്ചൻ ചുണ്ടനക്കും മുമ്പേ സണ്ണിക്കുട്ടി എഴുന്നേറ്റുനിന്ന് ഗൗരവത്തിൽ തന്നെ തിരിച്ചു ചോദിച്ചു: "അല്ല, നമ്മളേതാണെന്ന് മനസ്സിലായില്ലല്ലോ."

"ഞങ്ങള് ഇവിടെ ഗ്രാമപഞ്ചായത്തിലെ ഉദ്യോഗസ്ഥരാ. ഒരു കംപ്ലയിന്റ് കിട്ടിയിട്ടുണ്ട്. അനധികൃതമായി കൊച്ചുമ്മച്ചൻ എന്നയാൾ കശാപ്പ്

നടത്തി ഇറച്ചിവില്ക്കുന്നുവെന്ന്. എന്തോ രോഗമുള്ള ഉരുവിനെയാണ് കശാപ്പ് ചെയ്തതെന്നും കംപ്ലയിന്റുണ്ട്. ദാ പൊലീസുകാരും വരുന്നുണ്ട്."

രണ്ട് പൊലീസ് കോൺസ്റ്റബിൾമാർ വീട്ടുമുറ്റത്ത് നിന്ന് പറമ്പിലേക്ക് കടക്കുന്നത് കൊച്ചുമ്മച്ചനും സണ്ണിക്കുട്ടിയും അലക്സും കണ്ടു. കൊച്ചുമ്മച്ചൻ ഇരുന്നയിടത്തുനിന്ന് എഴുന്നേറ്റുകൊണ്ട് പഞ്ചായത്ത് ഉദ്യോഗസ്ഥരോട് പറഞ്ഞു. "ഞാനാണ് കൊച്ചുമ്മച്ചൻ. ദാ, കശാപ്പ് ചെയ്ത ഇറച്ചി അവിടെ കെടക്കുന്നു. നിങ്ങൾക്ക് കാണാമല്ലോ. ഇതിലെന്താണ് അനധികൃതമെന്ന് മനസ്സിലായില്ല."

ഉദ്യോഗസ്ഥർ രണ്ടുപേരും പരസ്പരം നോക്കി ഊറിച്ചിരിച്ചു. മദ്ധ്യവയസ്കൻ പറഞ്ഞു. "അതുകൊള്ളാമല്ലോ സാറേ. സാറ് തന്നെ കുറ്റം സമ്മതിക്കുന്നു. എന്നിട്ട് എന്തനധികൃതമെന്ന് ചോദിക്കുന്നു. നിയമപ്രകാരം കശാപ്പ് നടത്തുന്നതിനും ഇറച്ചി വിക്കുന്നതിനും പഞ്ചായത്ത് ലൈസൻസ് വേണം. ലൈസൻസില്ലാതെ കശാപ്പ് നടത്തി ഇറച്ചി വിക്കുകാന്ന് പറഞ്ഞാല് അഴിയെണ്ണുന്ന കേസാ."

കൊച്ചുമ്മച്ചന് തനിക്ക് തന്നെ മനസ്സിലാകാത്ത ഒരു ദുഃസ്വപ്നത്തിലൂടെ താൻ കടന്നുപൊയ്ക്കൊണ്ടിരിക്കുകയാണെന്ന് തോന്നി. ഇതൊന്നും യാഥാർത്ഥ്യമല്ല. എവിടെയോ എന്തോ ഒരു പിശകുണ്ട്. തനിക്ക് തന്നെ മനസ്സിലാക്കാനാവാത്ത ഒരു പിശക്.

രണ്ട് പൊലീസുകാരും പുളിഞ്ചോട്ടിലെത്തിയിരുന്നു. അവർ കനത്ത മുഖഭാവത്തോടെ എല്ലാവരെയും ഒന്ന് മാറി മാറി നോക്കി. അവരുടെ നോട്ടം ഒടുവിൽ പൗലോസിലും കുഞ്ഞുചെറുക്കനിലും ചെന്ന് തറഞ്ഞു നിന്നു.

ഒരു പൊലീസുകാരൻ പൗലോസിനോട് ചോദിച്ചു. "നീയാണോടാ കശാപ്പുകാരൻ?"

ആകെക്കൂടി വിരണ്ട് നിന്നിരുന്ന പൗലോസിന്റെ ശരീരം കിടുകിടാ വിറച്ചു. അയാളുടെ നാക്ക് വരണ്ടുകിടന്നു.

"ഫ. ചോദിച്ചതിനുത്തരം പറയുകേലേടാ കഴുവറുടെ മോനേ!"

"അയ്യോ. ഏമ്മാനേ ഞാൻ തന്നെയാ കശാപ്പ് ചെയ്തത്." വാക്കുകൾ പൗലോസിന്റെ വായിൽനിന്ന് വിറച്ചുകൊണ്ട് പുറത്തേക്ക് തെറിച്ചു വീണു.

"എങ്കിപ്പറ, മനുഷേനെ കൊല്ലുന്ന ദീനമൊള്ള ഉരുവിനെയാണോടാ കശാപ്പ് ചെയ്യുന്നത്. നീ ഏത് പൊനാത്തിലെ കശാപ്പുകാരനാണെടാ."

കൊച്ചുമ്മച്ചന്റെ ഉള്ളൊന്ന് കീഴടങ്ങി. അപ്പോൾ ഇവരും അസുഖത്തിന്റെ വർത്തമാനം കേട്ടിരിക്കുന്നു. ദൈവമേ, ഇതെന്തൊരു പരീക്ഷണം!

അയാൾ പൊലീസുകാരുടെ മുമ്പിലേക്ക് നീങ്ങിനിന്നുകൊണ്ട് പറഞ്ഞു: "ദീനമെന്നൊക്കെ ആരോ വെറുതെ കള്ളക്കഥയിറക്കിയിരിക്കുവാ. നല്ലൊന്നാന്തരം ഉരുവാ."

പെട്ടെന്ന് നാടകീയമായ ഒരു ചലനത്തോടെ പൊലീസുകാർ തങ്ങ

ളുടെ ശ്രദ്ധ പൗലോസിൽനിന്ന് കൊച്ചുമ്മച്ചനിലേക്ക് തിരിച്ചു. രണ്ടാളും കൊച്ചുമ്മച്ചനെ അടിമുടി ഒന്ന് വീക്ഷിച്ചു. പിന്നെ പുച്ഛത്തോടെ ചോദിച്ചു: "അല്ല, നമ്മളാരാണാവോ ഈ വിദഗ്ദ്ധാഭിപ്രായം പറയാൻ...."

"എന്റെ പേര് കൊച്ചുമ്മച്ചൻ. ഞാനാണിവിടത്തെ പങ്ക് കശാപ്പ് നടത്തിച്ചത്. നിങ്ങളെ ആരോ തെറ്റിദ്ധരിപ്പിച്ചിരിക്കുവാ..."

"ഓഹോ, അപ്പോ നിയമം തെറ്റിച്ച് പങ്ക് കശാപ്പ് നടത്തിയത് നിങ്ങളാന്ന് സമ്മതിക്കുന്നുണ്ട് അല്ലേ. സാറേ അപ്പം കുറ്റം രണ്ടാ. ലൈസൻസില്ലാത്ത എറച്ചിവെട്ടിനും വില്പനയ്ക്കും. വകുപ്പെന്താന്നറിയാമോ? ആറു മാസം അഴിയെണ്ണല്. പിന്നെ കോടതിക്ക് തോന്നിയാ വേറെ പെഴ ശിക്ഷേം. ഒക്കേറ്റിനും പൊറമേ, രോഗം ബാധിച്ച എറച്ചീം കൂടാന്നു പറഞ്ഞാ, വേറേം കൂടിയ വകുപ്പ്..."

അയാൾ മുഴുമിക്കുന്നതിനുമുമ്പേ സണ്ണിക്കുട്ടി കയറിപ്പറഞ്ഞു:

"സാറന്മാരേ ഇദ്ദേഹത്തിന് ഒരബദ്ധം പറ്റിയതാ. കൊച്ചുമ്മച്ചൻ ഒത്തിരിക്കാലം ഫോറിനിലായിരുന്നു. അടുത്തിടെയാ ഇവിടെ സ്ഥിരതാമസമാക്കിയത്. അതുകൊണ്ട് ഇവിടെ നിയമോം നടപടിക്രമങ്ങളുമൊന്നും അത്ര വശോമില്ല. പുള്ളി ക്രിസ്മസിന് ഒരു സന്തോഷത്തിന് പങ്കുകശാപ്പ് നടത്തിയതാ. സത്യത്തി ഞങ്ങളും ഇത്രയ്ക്കൊന്നും ഓർത്തില്ല. നിങ്ങളൊന്ന് ക്ഷമിച്ച് കള."

"ഹ. അങ്ങനെങ്ങനാ ക്ഷമിക്കുന്നേ. നെയമം നെയമം പോലെയല്ലേ നടപ്പാക്കാനൊക്കൂ." പൊലീസുകാരൻ തന്റെ കപ്പടാമീശ ചുരുട്ടിവെച്ചുകൊണ്ട് പറഞ്ഞു.

അലക്സ് സണ്ണിക്കുട്ടിയുടെ ചെവിയിലെന്തോ അടക്കം പറഞ്ഞു. സണ്ണിക്കുട്ടി തിരിച്ചും. രണ്ടാളും ചേർന്ന് പ്രായംചെന്ന പഞ്ചായത്തുദ്യോഗസ്ഥനെയും പൊലീസുകാരെയും തെല്ലകലേക്ക് സ്വകാര്യത്തിൽ വിളിച്ചു. കുറെ നിമിഷങ്ങളോളം അവിടെ ഒരടക്കം പറച്ചിൽ നടന്നു കൊച്ചുമ്മച്ചൻ അമ്പരപ്പോടെ അവിടേക്ക് നോക്കിനിന്നു. ഇടയ്ക്ക് കൊച്ചുമ്മച്ചൻ അങ്ങോട്ട് പോകാൻ ഓങ്ങിയെങ്കിലും സണ്ണിക്കുട്ടി കൈകൊണ്ട് അത് വേണ്ടാ എന്ന് അറിയിച്ചു.

അല്പം കഴിഞ്ഞ് സണ്ണിക്കുട്ടി കൊച്ചുമ്മച്ചന് അടുത്തുവന്നു. "എടാ, അവർക്ക് കാര്യങ്ങളൊക്കെ മനസ്സിലായി. ഇതങ്ങ് കണ്ണടച്ച് കളയാൻ അവരൊരുക്കമാ. ഒരു ചെറിയ അഡ്ജസ്റ്റുമെന്റ്. നമ്മള് ഒരു രണ്ടായിരം രൂപാ അവർക്കങ്ങ് കൊടുത്തേച്ചാ മതി. സാറന്മാര് ഹാപ്പിയായിട്ടങ്ങ് പൊയ്ക്കോളും. ഹാപ്പി ക്രിസ്മസ് എന്നവര് വിചാരിച്ചോളും." സണ്ണിക്കുട്ടി ഒന്നിളകി ചിരിച്ചു.

കൈക്കൂലി!

കൊച്ചുമ്മച്ചൻ ഞെട്ടിപ്പോയി. ജീവിതത്തിലിന്നുവരെ ആർക്കും കൈക്കൂലി കൊടുത്തിട്ടില്ല. ഒരു കാര്യവും വളഞ്ഞവഴിയിലൂടെ നേടാൻ ശ്രമിച്ചിട്ടില്ല. എന്നിട്ടിപ്പോ ഒരു നല്ല കാര്യം ചെയ്തതിന്റെ പേരിൽ ശിക്ഷ അനുഭവിക്കാതിരിക്കാൻ കൈക്കൂലി കൊടുക്കണമെന്ന്....

അയാൾ വിറയ്ക്കുന്ന ചുണ്ടുകളോടെ "അല്ലത്..." എന്ന് പറയാനൊരുങ്ങിയെങ്കിലും സണ്ണിക്കുട്ടി തടഞ്ഞു. "എടാ നീ ഒന്നും പറയണ്ട. ഇതിങ്ങനെങ്കിലും തീർന്നെന്ന് വിചാരിച്ചോ"

കൊച്ചുമ്മച്ചൻ പക്ഷേ, വീറോടെ പറഞ്ഞു: "ഇല്ല. ഞാൻ കൈക്കൂലി കൊടുക്കില്ല. ഇതിന്റെ പേരിൽ എന്തു ശിക്ഷ സ്വീകരിക്കാനും ഞാൻ തയ്യാറാണ്. എന്തായാലും കാര്യങ്ങൾ ഇത്രടമായി."

സണ്ണിക്കുട്ടിയുടെ സ്വതവേ തുടുത്ത മുഖം ഒന്നുകൂടി ചുവന്നു തുടുത്തു: "നീ കൊടുക്കണ്ടെടാ. ഞാനിവർക്ക് കൊടുക്കും. എന്റെ സഹോദരൻ ജെയിലീ കിടക്കുന്നത് കാണാൻ എനിക്കിത്തിരി ദെണ്ണമൊണ്ട്. നമ്മടെ കുടുംബത്തിന് അങ്ങനൊരു ചീത്തപ്പേര് ഒണ്ടാകാനും ഞാനോദേ ഈ അലക്സോ കൂട്ടുനിക്കില്ല. കൊച്ചുമ്മച്ചാ, നീയിനി ഒരക്ഷരം മിണ്ടരുത്."

കൊച്ചുമ്മച്ചൻ സണ്ണിക്കുട്ടിയുടെ മുഖത്തേക്ക് തറച്ച് നോക്കി. സണ്ണിക്കുട്ടി തിരിച്ചും. രണ്ട് പേരുടെയും നോട്ടങ്ങൾക്ക് കടുത്ത വാശിയുടെ മൂർച്ചയുണ്ടായിരുന്നു.

എന്നാൽ നോട്ടങ്ങൾ കൂട്ടിമുട്ടവെ, രണ്ട് മുതിർന്ന പുരുഷന്മാർക്ക് പകരം പഴയ രണ്ട് കളിക്കൂട്ടുകാർ അവിടെ തെളിഞ്ഞുവന്നു. ഉള്ളം നിറയെ സ്നേഹമുള്ള രണ്ടു ചെറുവാല്യക്കാർ, ചങ്ങാതിമാർ. ഒപ്പം വാശിയുമുള്ള ചങ്ങാതിമാർ. എന്നാൽ അത് സ്നേഹത്തിന്റെ വാശിയുമായിരുന്നു.

നിമിഷങ്ങൾ ഉരുകിവീഴവെ, കൊച്ചുമ്മച്ചന്റെ മനസ്സിന്റെ ദൃഢത സണ്ണിക്കുട്ടിയുടെ മുമ്പിൽ വായ്ത്തല മടക്കി. അയാൾ വിവശനായി രണ്ട് കൈകളും ചേർത്ത് സണ്ണിക്കുട്ടിയുടെ വലതുകൈ കൂട്ടിപ്പിടിച്ചു. അപ്പോൾ സണ്ണിക്കുട്ടി കൂട്ടുകാരനെ പൂർണ്ണമായും തിരിച്ചറിഞ്ഞു. എന്നിട്ട് തോളത്ത് മൃദുവായി തട്ടി.

'ക്രിസ്മസ് സമ്മാനവും' വാങ്ങി പൊലീസുകാരും ഉദ്യോഗസ്ഥരും പോയി കുറേ കഴിഞ്ഞാണ് അലക്സും സണ്ണിക്കുട്ടിയും പിരിഞ്ഞത്. പിരിയുന്നതിനുമുമ്പ് രണ്ടുപേരും കൊച്ചുമ്മച്ചനെ കുറേക്കൂടി കുറ്റപ്പെടുത്തുകയും ചെയ്തു. മേലിൽ പഴയ ഓർമ്മകളുടെ പേരും പറഞ്ഞ് ഇപ്പോൾ സംഭവിച്ചതുപോലുള്ള അബദ്ധങ്ങളിൽ ചാടരുതെന്നു താക്കീത് ചെയ്യാനും മറന്നില്ല.

പൗലോസും കുഞ്ഞുചെറുക്കനും ഏറെ സങ്കടത്തോടെയാണ് കൊച്ചുമ്മച്ചന്റെ വീട്ടിൽ നിന്നിറങ്ങിയത്. അവർ രണ്ടാളും ആവശ്യത്തിന് ഇറച്ചി സഞ്ചികളിൽ പൊതിഞ്ഞ് എടുത്തശേഷം ബാക്കിയത്രയും പറമ്പിൽ കുഴിച്ചുമൂടി. പുതിയ അവസ്ഥയിൽ താൻ നേരത്തെ ചിന്തിച്ചതുപോലെ ഒരനാഥാലയത്തിനുപോലും ഈ ഇറച്ചി കൊടുക്കാനാവില്ലെന്ന് കൊച്ചുമ്മച്ചന് മനസ്സിലായി.

പടിയിറങ്ങുമ്പോൾ പൗലോസ് പറഞ്ഞു: "വെഷമിക്കേണ്ട സാറേ. അടുത്ത ക്രിസ്മസിന് ഈ ഞാനൊണ്ടെങ്കില് നമുക്ക് എല്ലാ മുൻകരുത

ലുമെടുത്ത് ഭംഗിയായി പങ്ക് നടത്താം. സാറ് ധൈര്യമായിട്ടിരുന്നാ മതി.”

പൗലോസ് വെറുതെയങ്ങ് പറഞ്ഞ വാക്കുകളാണെന്ന് അറിഞ്ഞെങ്കിലും കൊച്ചുമ്മച്ചന് അത് കേട്ട് ചെറിയൊരു സന്തോഷം തോന്നി. ഒരു വെറുതേക്കാരന് അത്രയും പറയാൻ തോന്നിയല്ലോ.

എല്ലാവരും പോയിക്കഴിഞ്ഞ് കൊച്ചുമ്മച്ചൻ വരാന്തയിലെ ചാരുകസേരയിൽ പരിക്ഷീണനായി കിടക്കവെ ചിന്തിച്ചു. ആരായിരിക്കും തനിക്കെതിരെ ഇത്ര വാശിയോടെ പ്രവർത്തിച്ചത്? തന്റെ കൂട്ടക്കാരോ, പരിചയക്കാരോ അതോ മറ്റ് സ്ഥിരം ഇറച്ചിവെട്ടുകാരോ! പങ്കിന് കൊണ്ടുവന്ന ഉരുവിന് അസുഖമാണെന്ന കഥ പ്രചരിപ്പിച്ചവർ തന്നെയാകണം തനിക്കെതിരെ പഞ്ചായത്തിൽ പരാതി കൊടുത്തത്. ദൈവമേ, ഇത്രമേൽ തന്നെ ദ്രോഹിക്കാൻ താൻ ആരെയെങ്കിലും അത്ര വെറുപ്പിച്ചോ.

ആരോ എവിടെയോ ഇരുന്ന് തന്റെ അവസ്ഥ അറിഞ്ഞ് ആർത്തു ചിരിക്കുന്നുണ്ടാവും.

തന്റെ സന്തോഷത്തിന് നടത്തിയ പങ്ക് കശാപ്പിൽ താൻ തന്നെ കശാപ്പ് ചെയ്യപ്പെട്ടിരിക്കുന്നു!

എട്ട്

ക്രിസ്മസിന് രണ്ടാഴ്ചയ്ക്കുശേഷം കൊച്ചുമ്മച്ചൻ രാവിലെ മനോരമ പത്രത്തിലെ സക്കറിയയുടെ 'ബുധനും ഞാനും' എന്ന കോളം വായിക്കുകയായിരുന്നു. വിശേഷിച്ച് സാഹിത്യവായനയൊന്നുമില്ലെങ്കിലും സക്കറിയയുടെ കോളം കൊച്ചുമ്മച്ചൻ ഏറെ താല്പര്യത്തോടെ വായിക്കുന്ന ഒന്നായിരുന്നു.

'കലകൾക്ക് വേണ്ടി മോർച്ചറികൾ' എന്നതായിരുന്നു ഇപ്രാവശ്യത്തെ കോളത്തിന്റെ തലക്കെട്ട്. തെയ്യം, പടയണി, സോപാനസംഗീതം തുടങ്ങിയ പരമ്പരാഗത കലകളുടെ ശോഷണത്തിൽ വിലപിക്കുന്നതിലും അവയുടെ പുനരുജ്ജീവനത്തിന് ശ്രമിക്കുന്നതിലും ഒരു കഴമ്പുമില്ല എന്നും സമർത്ഥിക്കുന്ന കുറിപ്പ്.

ലേഖനം വായിച്ച് തീർന്നപ്പോൾ കൊച്ചുമ്മച്ചൻ ചിന്തിച്ചു. താനും ഒരു പരമ്പരാഗത കലാമരണവിലാപവാദിയല്ലേ!

തന്റെ വിലാപം തെയ്യം, പടയണി പോലുള്ള കലകൾക്ക് വേണ്ടിയല്ല. പകരം ചില പഴയ സ്വാദുകൾ, പഴയ സന്തോഷങ്ങൾ, പഴയ ശീലങ്ങൾ തുടങ്ങിയവ മരിച്ച് പോകുന്നതിനെച്ചൊല്ലിയാണെന്നു മാത്രം.

എന്നാൽ തന്റെ വിലാപം സക്കറിയ പറയുംപോലെ വെറും പിന്തിരിപ്പനും മോശവുമാണോ. കാലത്തിന്റെ കുതിക്കലിൽ പഴയതുപോലും സ്വാഭാവികമായി മൃതിയടയുന്നു. അങ്ങനെ നഷ്ടപ്പെടുന്നത് നഷ്ടപ്പെടേണ്ടത് തന്നെയാണ്. അതിനെച്ചൊല്ലി സങ്കടപ്പെടേണ്ട എന്ന് സമാധാനിച്ചാൽ അത് ശരിതന്നെയാണോ.

ഭക്ഷണത്തിലെ പഴയ രുചികളുടെ കാര്യം തന്നെയെടുത്താൽ അത് വെറും പഴയ രുചികളോടുള്ള അന്ധമായ കൂറുകൊണ്ട് മാത്രമല്ലല്ലോ. അത് ആരോഗ്യത്തിന്റെ പ്രധാന ഭാഗമായതുകൊണ്ടല്ലേ പഴയ സ്വാദുകൾ നഷ്ടപ്പെടുന്നതിൽ താൻ ഇത്ര വിഷമിക്കുന്നത്. ഭക്ഷണപദാർത്ഥ

ങ്ങൾ പാകം ചെയ്ത് കഴിച്ചാൽ തന്നെ എത്രയോ രോഗങ്ങളില്ലാതാക്കാം. കൃത്രിമ തീറ്റകൊടുത്ത് വളർത്തുന്ന കോഴിമാടുകളെ ഒഴിവാക്കിയാലും എത്ര ആരോഗ്യപ്രദമാണ്!

ഏത് ജീവിതപുരോഗതിയുടെയും ഏറ്റവും വലിയ ലക്ഷ്യം ദീർഘായുസ്സും നല്ല ആരോഗ്യവും എന്നതല്ലേ? അങ്ങനെയെങ്കിൽ ജീവിത പുരോഗതിയുടെ പേരുംപറഞ്ഞ് അടിമുടി കൃത്രിമത്വം ഉള്ള പുത്തൻ ഭക്ഷണശീലങ്ങളുടെ വിളയാട്ടം എന്തിന് എല്ലാവരും സഹിച്ചുകൊടുക്കുന്നു. സ്വന്തം ആരോഗ്യം തുലച്ചിട്ട് എന്ത് ജീവിതസന്തോഷം ലഭിക്കാനാണ്.

നിശ്ചയമായും പഴയ സ്വാദുകളെ ഓർത്ത് സങ്കടപ്പെടേണ്ടതും അവ തിരിച്ച് കൊണ്ടുവരാൻ ശ്രമിക്കേണ്ടതും തന്നെ.

കൊച്ചുമ്മച്ചന് മറ്റൊന്നുകൂടി തോന്നി. സക്കറിയ പറയുന്നതുപോലെലയല്ല: പഴയ സ്വാദുകൾ സ്വാഭാവികമായി ഇല്ലാതാവുകയല്ല, ഏതോ വൻകിടശക്തികൾ ബോധപൂർവ്വമായ ശ്രമത്തിലൂടെ പഴയ രുചികളെ നശിപ്പിക്കുക തന്നെയാണ് ചെയ്യുന്നത്. പഴയ സ്വാദുകളെ ഇല്ലാതാക്കി പകരം തങ്ങൾ ഉണ്ടാക്കുന്ന തീർത്തും ഹാനികരമായ പുതിയ കൃത്രിമ സ്വാദുകൾ വഴി വൻലാഭം കൊയ്യാനുള്ള ഗൂഢപദ്ധതികൾ. വളരെ സംഘടിതമായി ഓരോ അടുക്കളയിലെയും തീൻമേശയിലെയും പഴയ സ്വാദുകൾ തകർത്തെറിയപ്പെടുന്നുണ്ട്. പകരം തിളങ്ങുന്ന കുപ്പികളിലും പാത്രങ്ങളിലും കൃത്രിമ സ്വാദുകൾ കടന്നുവന്ന് എല്ലാവരെയും കീഴടക്കുകയാണ്.

പെട്ടെന്ന് കൊച്ചുമ്മച്ചൻ ഒരു ഞെട്ടലോടെ ഓർത്തു. താൻ നടത്തിയ പങ്കുകശാപ്പും ആരുടെയോ സംഘടിത ശ്രമത്തിൽ തകർക്കപ്പെട്ടതല്ലേ! ഒരു പരമ്പരാഗത കലയെ താൻ പുനർജ്ജീവിപ്പിക്കാൻ ശ്രമിച്ചു. പക്ഷേ, ഏതോ നിഗൂഢശക്തികൾ അതിനെ പരാജയപ്പെടുത്തി.

പക്ഷേ, ഒരിക്കൽ തോറ്റെന്ന് കരുതി താനങ്ങനങ്ങ് പിന്മാറണോ? പൗലോസിന്റെ വാക്കുകൾ ഓർമ്മവന്നു: "വെഷമിക്കണ്ട സാറേ. അടുത്ത ക്രിസ്മസിന് ഈ ഞാനൊണ്ടെങ്കില് നമുക്ക് എല്ലാ മുൻകരുതലുമെടുത്ത് ഭംഗിയായി പങ്ക് നടത്താം." ഇല്ല താൻ ഒരു പരമ്പരാഗത കലാമരണ വിലാപവാദിയാകാൻ പോകുന്നില്ല. പകരം ഒരു പരമ്പരാഗത കലാപുനർജ്ജീവനവാദിയാകുന്നു. പുനരുജ്ജീവന ശ്രമങ്ങൾ നടത്തുന്നതിനിടയിൽ തീർച്ചയായും തോല്‌വികളുണ്ടാകാം. പ്രശ്നമില്ല. ശ്രമിക്കുക എന്നത് തന്നെയല്ലേ വലിയ കാര്യം.

കൊച്ചുമ്മച്ചൻ പത്രം മടക്കി ചാരുകസേരയുടെ പടിയിലിട്ടിട്ട് എഴുന്നേറ്റ് നിന്നൊന്ന് മൂരി നിവർത്തി. അപ്പോൾ ഒന്ന് ചൂളം വിളിക്കണമെന്നയാൾക്ക് തോന്നി. ഒട്ടും വൈകാതെതന്നെ നീട്ടി ചൂളമടിക്കുകയും ചെയ്തു. ചൂളമടിക്കവെ, അയാൾക്ക് കൊച്ചുന്നാളിൽ കേട്ടിരുന്ന ചില സിനിമാപ്പാട്ടുകൾ മൂളിപ്പാട്ട് പാടണമെന്നും തോന്നി. അതിനും സമയം ഒട്ടും വൈകിച്ചില്ല.

പിറ്റേന്ന് രാവിലെ കൊച്ചുമ്മച്ചൻ അയിരൂർക്ക് പോകുന്ന ബസിൽ

സൈഡ് സീറ്റിലിരുന്ന് പോകുമ്പോഴും നന്നെ പതിയെ ആ പാട്ടുകൾ മൂളുന്നുണ്ടായിരുന്നു. കൊച്ചുമ്മച്ചന്റെ അമ്മ വഴിയിലുള്ള പഴയൊരമ്മായിയെ കാണാനുള്ള യാത്രയായിരുന്നു. അവരുടെ പക്കൽ പഴയ ചില ഇറച്ചി ഒലത്ത്, മീൻകറി, അച്ചാറുകൾ തുടങ്ങിയവയുടെ പാചകവിധികളുണ്ടെന്ന് കേട്ടിരുന്നു. അമ്മായിയെ നേരിൽക്കണ്ട് പാചകവിധികൾ കരസ്ഥമാക്കാം. പിന്നെ സമയവും സൗകര്യവുംപോലെ അവയൊക്കെ നടപ്പാക്കണം.

ഒത്താൽ അടുത്ത ഈസ്റ്ററിനോ മറ്റോ താൻ നടത്താൻപോകുന്ന പങ്കുകശാപ്പിലെ ഇറച്ചി അമ്മായിയുടെ പാചകവിധിപ്രകാരം ആഘോഷിക്കുക തന്നെ. കൊച്ചുമ്മച്ചന്റെ മൂളിപ്പാട്ട് അല്പം ഉയർന്ന സ്ഥായിയിലായി. തൊട്ടടുത്ത് സീറ്റിലിരുന്ന ചെത്ത് പയ്യൻ അല്പം പരിഹാസത്തോടെ തന്നെ നോക്കുന്നത് കൊച്ചുമ്മച്ചനറിഞ്ഞു.

പക്ഷേ, ഒരു പരമ്പരാഗത കലാപുനരുജ്ജീവന വാദിക്ക് ഇതൊന്നും ഒരു പ്രശ്നമേയാകുന്നില്ലല്ലോ....

അതിഥിദേവോ ഭവഃ

തരപ്പെടുമ്പോഴൊക്കെ ഞാനിവിടെ കടലിലേക്ക് കെട്ടിനിർത്തിയിരിക്കുന്ന കരിങ്കൽവരമ്പിന്റെ അറ്റത്ത് വന്നിരിക്കാറുണ്ട്. വെറുതെയങ്ങനെ കടലിലേക്ക്, കടലും ആകാശവും കൂട്ടിമുട്ടുന്ന അതിർത്തികളിലേക്ക് നോക്കിയിരിക്കും.

പടിഞ്ഞാറോട്ട് നോക്കിയിരിക്കുമ്പോൾ ഈ കടലിനപ്പുറത്ത് ദൂരെ, ദൂരെയുള്ള തുറമുഖങ്ങൾ, നഗരങ്ങൾ, ഗ്രാമങ്ങൾ, ആളുകൾ.... ഒക്കെ വെറുതെ സങ്കല്പിക്കാൻ രസമാണ്. വായിച്ചും സിനിമയിലൊക്കെ കണ്ടിട്ടുമുള്ള പടിഞ്ഞാറൻ നാടുകളുടെ തിളക്കങ്ങളും വർണ്ണങ്ങളും ഈ കടലിലൂടെ സഞ്ചരിച്ച് ചെന്നെത്തി അനുഭവിച്ചറിയുക.

ഇങ്ങനെ നോക്കിയും മനോരാജ്യം കണ്ടുമൊക്കെ ഇവിടെ ഇരിക്കുമ്പോൾ മനസ്സും ശരീരവും ആകെക്കൂടിയൊന്ന് സ്വതന്ത്രമാകുന്നതുപോലെ തോന്നും. രണ്ടിനെയും പകലത്രയും വരിഞ്ഞുനിർത്തുന്ന കെട്ടുപാടുകളിൽനിന്ന് ഒന്നഴിഞ്ഞുവന്ന് ലേശമൊരു ഉന്മേഷം.

നല്ല കടൽക്കാറ്റ്, പറവകൾ, അവിടവിടെ സ്വകാര്യതയുടെ ലോകം സൃഷ്ടിക്കുന്ന മിഥുനങ്ങൾ, കടലയും കരിക്കും വില്ക്കുന്ന ചെക്കന്മാർ. എപ്പോൾ വന്നാലും ഇതേ കാഴ്ചകളും ശബ്ദങ്ങളുമൊക്കെതന്നെ. എന്നാലും വരുന്നു.

ഒരു സേട്ടുവിന്റെ വ്യാപാരസ്ഥാപനത്തിലെ കണക്കപ്പിള്ളയായി കഷ്ടിച്ച് ജീവിതം തട്ടിമുട്ടി മുമ്പോട്ടുകൊണ്ടുപോകുന്ന എന്നെപ്പോലൊരുവന് അല്ലെങ്കിൽത്തന്നെ ചിന്തകളിലും കാഴ്ചകളിലും ശബ്ദങ്ങളിലും മാറ്റങ്ങൾ പ്രതീക്ഷിക്കാൻ എന്തവകാശം! സദാ ഇരുളും ഈർപ്പവും മുറ്റിനില്ക്കുന്ന ഒരു ഗലിക്കരികിലെ എന്റെ കുടുസ്സാപ്പീസും പതിനഞ്ചു

പേരുടെ പാർപ്പിടമായ ഒറ്റമുറി ഫ്ളാറ്റും ചേർന്ന് വരഞ്ഞിടുന്ന എന്റെ ജീവിതഭൂമികകൾക്ക് ഈ തുറന്ന ആകാശവും കടലും പറവകളും പരസ്യമായി വീണുകിട്ടുന്ന ശൃംഗാരഭാവങ്ങളുംതന്നെ അങ്ങേയറ്റത്തെ ജീവിതാഡംബരങ്ങൾ.

അല്ലെങ്കിൽ ഇന്നത്തെ ഈ സായാഹ്നത്തിൽ കാര്യം തന്നെ എടുക്കുക. ഇതൊരു പുതുവത്സര സായാഹ്നം. നൂറ്റാണ്ടിന്റെ അവസാന ദശകം തുടങ്ങുന്ന സായാഹ്നം. അതുകൊണ്ടുതന്നെ പതിവിലുമേറെ ഉത്സവപ്പകിട്ട് ഈ പുതുവത്സര സായാഹ്നത്തിലുണ്ടെന്നാണ് പത്രങ്ങൾ വായിച്ചിട്ട് മനസ്സിലാക്കാൻ കഴിയുന്നത്. ഇപ്പോൾ ജീവിതത്തിന് വെറും നിലനില്പിലുപരി അർത്ഥം കണ്ടെത്താൻ കഴിയുന്ന മനുഷ്യരൊക്കെ തന്നെ നഗരത്തിൽ ആഘോഷത്തിന്റെ തുടക്കത്തിലാവണം. എന്റെ സേട്ടുവും കുടുംബവും ഏതോ മുന്തിയ ഹോട്ടലിലെ പുതുവത്സരാഘോഷത്തിന് പോകുന്നുണ്ടെന്ന് അയാളുടെ ഡ്രൈവർ രഘുബീർ പറഞ്ഞ് അറിഞ്ഞിരുന്നു. അവരെപ്പോലുള്ളവർക്ക് ഓരോ പുതിയ വർഷവും ദശകവും എന്തെങ്കിലും മാറ്റങ്ങൾ കൊണ്ടുവരുമെന്ന പ്രതീക്ഷയോ ആശങ്കയോ ഒക്കെയുണ്ട്.

പക്ഷേ, എന്നെപ്പോലുള്ളവർക്ക് ഒരു നാളും പുതിയതാകുന്നില്ല. ഒരു വർഷവും മാറ്റത്തിന്റേതാകുന്നില്ല. ശരീരം മാത്രം ക്ഷീണിക്കുകയും വാർദ്ധക്യത്തിലേക്ക് കടക്കുകയും ചെയ്യുന്നുണ്ടാകും. ഞാനീയിടെയായി കണ്ണാടിയിലൊന്നും അത്ര കാര്യമായി നോക്കാറില്ല. മുപ്പതുകളുടെ ആരംഭത്തിലാണെങ്കിലും ഞാനതിനെക്കാളൊക്കെ എത്രയോ വയസ്സനായെന്നൊരു തോന്നലാണ്. ദൂരെ എന്റെ ഗ്രാമത്തിൽനിന്ന് ഇവിടേക്ക് കുടിയേറിയിട്ട് അഞ്ചു വർഷമേ ആയിട്ടുള്ളുവെങ്കിലും അതിനേക്കാളൊക്കെ എത്രയോ കാലമായി ഇവിടെ ജീവിച്ചുപോരുന്നു എന്നൊരു ചിന്തയാണ്.

എന്നാൽ സർവ്വവും മാറിമറിയാൻ പോകുന്ന ഒരു നിമിഷം തൊട്ടടുത്തുതന്നെ വരാൻ പോകുന്നുണ്ടെന്ന് ആരറിഞ്ഞു! ഞാനുൾപ്പെടെ എല്ലാവർക്കും വ്യക്തമായ മാറ്റങ്ങൾ സംഭവിക്കാൻ പോകുന്ന ഒരു കാലത്തിന്റെ ഉത്ഭവനിമിഷം.

സമയം ആ പ്രത്യേക നിമിഷത്തിലേക്ക് അറിയാതെ ഒഴുകിയടുക്കവേ, ഞാൻ ചിന്തിച്ചുകൊണ്ടിരുന്നത് വൈശാഖി എന്ന പെൺകുട്ടിയെക്കുറിച്ചായിരുന്നു.

എന്റെ ആപ്പീസിനു നേരെ എതിരെയുള്ള കെട്ടിടത്തിൽ ജോലി ചെയ്യുന്ന പെൺകുട്ടിയാണ് വൈശാഖി. സത്താറയിലെ ഒരു ഉൾനാടൻ ഗ്രാമത്തിൽനിന്ന് ആറേഴ് മാസംമുമ്പ് മഹാനഗരത്തിലെത്തിയ കുട്ടി. എന്റെ ഇരിപ്പിടത്തിന് മുമ്പിലുള്ള ചെറിയ ജനാലയിലൂടെ ഫോട്ടോസ്റ്റാറ്റും ടൈപ്പ്റൈറ്റിങ്ങും നടത്തുന്ന ഒരു ലൊടുക്ക് സ്ഥാപനത്തിൽ പണിയെടുക്കുന്ന അവളെ കാണാം. ഗ്ലാസ്പാളികൾ കൊണ്ടുമാത്രം മറച്ചിരുന്ന

അവളുടെ സ്ഥാപനത്തിലേക്ക് ദൃഷ്ടി നേരെ ചെന്നെത്തും. കഷ്ടിച്ച് ഒരു കാർ കടന്നുപോവുന്ന വീതിമാത്രമുള്ള ഗലിയുടെ അപ്പുറവും ഇപ്പുറവും ഉള്ള നിരന്തരമായ ഇരിപ്പിനിടയിൽ ഞങ്ങൾ തമ്മിൽ ഒരു മമത ഊറിവന്നു. കൗതുകപൂർവ്വമുള്ള നോട്ടങ്ങൾ പിന്നെ ചിരിയിലേക്കും പണിസമയം കഴിഞ്ഞുള്ള വർത്തമാനങ്ങളിലേക്കും ചാടിക്കടന്നു.

താമസസ്ഥലങ്ങളിലേക്കുള്ള ഇലക്ട്രിക് ട്രെയിനുകളിൽ കയറിപ്പറ്റാനുള്ള പരക്കം പാച്ചിലിനിടയിൽ ഇടയ്ക്കൊക്കെ ഇറാനി റെസ്റ്റോറന്റുകളിൽ ചായയും ബൺമാസ്‌ക്കയും ഞങ്ങളുടെ അടുപ്പത്തിന് മാർദ്ദവം പകർന്നു. ഉള്ളിവയലുകൾ പരന്നുകിടക്കുന്ന അവളുടെ ഗ്രാമവും നിത്യവൃത്തിക്ക് പാടുപെടുന്ന അവളുടെ ഏറെ അംഗങ്ങളുള്ള കുടുംബവുമെല്ലാം എന്റെ ചിന്തകളിലെ ശക്തമായ സാന്നിദ്ധ്യമായിത്തുടങ്ങി. എന്നാൽ വല്ലപ്പോഴുമൊക്കെ മാത്രമേ ഞങ്ങൾക്ക് കാര്യമായൊന്ന് ഉള്ളു തുറക്കാൻ സാധിച്ചിരുന്നുള്ളൂ. എന്റെ ജോലി അവസാനിക്കുന്നത് അവളുടെ ജോലി സമയം കഴിഞ്ഞ് ഏറെ വൈകിയാണെന്നതുതന്നെ കാരണം. ബന്ധുവിന്റെ ഫ്ളാറ്റിൽ താമസിക്കുന്ന അവൾക്ക് എനിക്കുവേണ്ടി വൈകാനും പറ്റില്ലല്ലോ.

ഇവിടെയിങ്ങനെ വന്ന് കടലിലേക്ക് നോക്കിയിരിക്കുമ്പോൾ ഇടയ്ക്കൊക്കെ വൈശാഖിയുമായുള്ള ബന്ധത്തെക്കുറിച്ച് ആലോചിക്കാറുണ്ട്. ഞങ്ങൾ രണ്ടാളും കാഴ്ചയ്ക്ക് ഒട്ടുംതന്നെ അസാധാരണത്വം ഉള്ളവരല്ല. സിനിമയിലും നോവലിലുമൊക്കെ കാണുന്ന മാതിരി പ്രഥമ ദൃഷ്ട്യാ അനുരാഗം മൊട്ടിടാൻ തരത്തിലുള്ള ഒന്നും തങ്ങളിലില്ലാത്ത ലക്ഷക്കണക്കിന് സാധാരണമനുഷ്യരിൽ രണ്ടുപേർ. പിന്നെ അനുകൂലമായ സാഹചര്യങ്ങൾ ഉള്ളതുകൊണ്ടുമാത്രം ഒരു ആകർഷണത്തിൽപെട്ട് ചങ്ങാത്തത്തിലായവർ. ഇതിപ്പോൾ പ്രേമത്തിലേക്കോ അതോ കല്യാണത്തിലേക്കോ നീളുമോ എന്നൊന്നും അറിഞ്ഞുകൂടാ. സത്യത്തിൽ ഇത്തരത്തിലുള്ള രണ്ട് മനുഷ്യർ പ്രേമിച്ച്, കല്യാണം കഴിച്ച് ഒരുമിച്ച് ജീവിക്കുക എന്നതുതന്നെ ബോറാണ്. ഈ മഹാനഗരത്തിൽ തുച്ഛവരുമാനക്കാരായ രണ്ട് നിസ്സാരജീവികൾ തങ്ങളുടെ കുടുംബസ്ഥാപനത്തിലൂടെ കുറേക്കൂടി പ്രാരാബ്ധങ്ങൾ തലയിലേറ്റുന്നു. പിന്നെ ഇണചേർന്ന് സൃഷ്ടിക്കുന്ന ഏതാനും ആത്മാക്കൾക്കും തങ്ങൾക്കുതന്നെയും ഒരു നരകജീവിതം സമ്മാനിക്കുന്നു.

ഇതിനിടയിലൊക്കെ എന്തുതരം പ്രേമമാണ്! ഉള്ളതിത്രമാത്രം. പ്രപഞ്ചം അതിന്റെ നിലനില്പിനും തുടർച്ചയ്ക്കുമായി ഒരുക്കുന്ന മായാവലയത്തിൽപ്പെട്ട് ആകൃഷ്ടരായിപ്പോകുന്ന രണ്ട് മനുഷ്യജീവികളുടെ പരസ്പരമുള്ള കെട്ടിവരിയലിന്റെ ചില നേരങ്ങളിലെ അബോധാനന്ദങ്ങൾ.

ഇങ്ങനെയൊക്കെ ചിന്തിക്കുമെങ്കിലും എനിക്ക് വൈശാഖിയുടെ കട

ന്നുവരവോടെ ജീവിതത്തിന് ഒരു നിറവും തുടുപ്പുമൊക്കെ തോന്നിത്തുടങ്ങിയിരുന്നു. മഹാനഗരത്തിലെത്തിയ ശേഷം ആദ്യത്തെ അനുഭവമാണിത്. ഡിസംബറിന്റെ നേരിയ തണുപ്പുള്ള സന്ധ്യകളിൽ ഒരു ബൺമസ്കയുടെ ആഡംബരം പങ്കിടുമ്പോൾ, ഇലക്ട്രിക് ട്രെയിനുകളിൽ സീറ്റ് കിട്ടുന്ന വേളകളിൽ, ഇരുളിൽ മുനിയുന്ന കടൽവെളിച്ചങ്ങൾ കാണുമ്പോൾ ഒക്കെ ജീവിതം എവിടെയോ ചില പ്രതീക്ഷകൾ വച്ചുനീട്ടുന്നുവോ എന്നൊക്കെ ചിന്തിച്ചുതുടങ്ങി.

എന്നാൽ നാലുദിവസംമുമ്പ് അവളുടെ വീട്ടിൽനിന്ന് വന്ന ഒരു ടെലിഗ്രാം ആ പ്രതീക്ഷകളിന്മേൽ അപായത്തിന്റെ പൊള്ളൽപ്പാടുകൾ വീഴ്ത്തിയിരിക്കുന്നു- അമ്മ മരണാസന്നയായി കിടക്കുന്നു. ഉടൻ വീട്ടിലെത്തണം.....

ആദ്യമായി അന്നവൾ എന്റെ ആപ്പീസിനുള്ളിൽ കടന്നുവന്നു. ചുരുങ്ങിയ വാക്കുകളിൽ വിവരം പറഞ്ഞിട്ട് ഗ്രാമത്തിലേക്ക് അന്നു വൈകുന്നേരമുള്ള തീവണ്ടിയിൽ പോകാനായി ബന്ധുവീട്ടിലേക്ക് യാത്രയായി. ആകെയുള്ള പരിഭ്രമത്തിനിടയിൽ കൂടുതലൊന്നും സംസാരിക്കാൻ കഴിഞ്ഞില്ല.

അവൾ പോയി ഏറെനേരം കഴിഞ്ഞാണ് അവളിനി എന്ന് വരും, എന്നെങ്കിലും വരുമോ തുടങ്ങിയ സംശയങ്ങൾ വേട്ടയാടിത്തുടങ്ങിയത്. എന്തിന് അവളുടെ മേൽവിലാസമോ അവളുടെ നഗരത്തിലുള്ള ബന്ധുവിന്റെ പേരുപോലുമോ എനിക്കറിഞ്ഞുകൂടാ.

വൈശാഖിയുടെ മുഖം ശ്രദ്ധയോടെ മനസ്സിൽ പതിപ്പിച്ച് അവളുടെ ചിരിയിലുള്ള ഏതോ ഒരു ഭംഗി ഒരു പക്ഷേ, ഞാൻ കല്പിക്കുന്ന ഒരു ഭംഗി, എങ്ങനെയിരിക്കുമെന്ന് ഓർത്തുനോക്കുകയായിരുന്നു. ഇരുട്ടിന്റെ ചെറിയ തിരകൾ ചുറ്റുപാടും പടർന്നുകയറാൻ തുടങ്ങിയിരുന്നു.

അപ്പോഴാണ് ആരെയും കിടിലംകൊള്ളിക്കുന്ന രീതിയിൽ പടിഞ്ഞാറ് കടലിൽനിന്നും അത്യധികം തണുത്ത കാറ്റ് പൊടുന്നനെ വീശിത്തുടങ്ങിയത്. ജീവിതത്തിലിതുവരെ അനുഭവിച്ചിട്ടില്ലാത്ത രീതിയിലുള്ള ശീതക്കാറ്റ്. നിമിഷങ്ങൾക്കുള്ളിൽ എന്റെ ശരീരം കുളിർന്നു വിറയ്ക്കാൻ തുടങ്ങി. പല്ലുകൾ കൂട്ടിയിടിച്ചു. ഇതെന്താണ് സംഭവിക്കുന്നത്! ഹിമാലയപ്രദേശങ്ങളിലൊക്കെ ഉണ്ടെന്ന് പറഞ്ഞു കേട്ടിട്ടുള്ള തണുപ്പ് സദാ ഉഷ്ണം നീറുന്ന ഈ മഹാനഗരത്തിലോ!

ഞാൻ ചുറ്റുപാടും നോക്കി. അവിടവിടെ അലസമായി ഇരുന്നിരുന്ന കമിതാക്കളും ഏകാന്തജീവികളും വില്പനക്കാരുമെല്ലാം പരിഭ്രാന്തരായി നില്ക്കുന്നു. പരസ്പരം നോക്കുന്നു. പടിഞ്ഞാറ് തണുത്ത കാറ്റ് വീശുന്ന കടലിലേക്ക് ചൂണ്ടി എന്തോ പറയുന്നു.

കാറ്റ് അല്പസമയം കഴിഞ്ഞ് ശമിക്കുമെന്ന് കരുതിയെങ്കിലും അത് ശക്തമായി തുടരുകതന്നെയാണ്. വളരെവേഗംതന്നെ കടൽവരമ്പിലിരു

ന്നവരെല്ലാം സ്ഥലം കാലിയാക്കിത്തുടങ്ങി. ഞാനും വേഗം നടന്നു തുടങ്ങി.

എന്നാൽ കടുത്ത ശീതക്കാറ്റ് നഗരത്തിന്റെ ഉൾഭാഗങ്ങളിലേക്കും വീശുകയായിരുന്നു. എവിടെയും ആളുകൾ അമ്പരക്കുകയും ശീതക്കാറ്റിനെക്കുറിച്ചുമാത്രം സംസാരിക്കുകയുമാണ്. എല്ലാവരും ഒരു കാര്യത്തിൽ യോജിച്ചു. ഇന്നേവരെ മഹാനഗരത്തിൽ ഇങ്ങനെയൊരു ശൈത്യം കടന്നുവന്നിട്ടില്ല.

കടലിലെവിടെയോ എന്തോ അന്തരീക്ഷവ്യതിയാനം നടന്നതാകും. ചിലർ വിദഗ്ദ്ധ കാലാവസ്ഥാ നിരീക്ഷണം നടത്തി.

"എന്തായാലും ഇന്ന് രാത്രി കിടപ്പുമുറീല് നന്നായിട്ടൊന്ന് പണിയെടുക്കേണ്ടിവരും." അശ്ലീലമായൊരു ചിരിയോടെയും കണ്ണടയ്ക്കലോടെയും ഒരാൾ പറഞ്ഞതുകേട്ട് ട്രെയിൻ കംപാർട്ട്മെന്റിൽ എല്ലാവരും പൊട്ടിച്ചിരിച്ചു.

എന്നെപ്പോലെതന്നെ കുറേ മുരടന്മാർ മാത്രം കിടന്നുറങ്ങുന്ന മുറിയിലേക്ക് പോകുന്ന എനിക്ക് ആ പൊട്ടിച്ചിരിയിൽ തീരെ ലയിക്കാൻ കഴിഞ്ഞില്ല. ഒരു കുടുസ്സുമുറിയെങ്കിൽ കുടുസ്സുമുറിയിൽ എന്തു തരത്തിലുള്ളതായാലും ഈ തണുപ്പിൽ ഒരു പെണ്ണിന്റെ ശരീരത്തിന്റെ ചൂട് ഏറ്റുവാങ്ങി കിടക്കുന്നതിന്റെ രസം!

വൈശാഖി!

മുറിയിൽ സഹജീവികൾ എല്ലാം തണുപ്പിന്റെ വർത്തമാനത്തിലും നേരിടലിലും തന്നെയായിരുന്നു. ഏത് ഡിസംബർ തണുപ്പിലും വെറും കൈലിമാത്രം ഉടുത്തും അതുതന്നെയും പറിച്ചെറിഞ്ഞും കിടന്ന് മുറിയിലെ ആൾക്കൂട്ടം സൃഷ്ടിക്കുന്ന ഉഷ്ണമേഖലയിൽനിന്ന് മോചനം നേടിയിരുന്ന പാവങ്ങൾ. രണ്ടും മൂന്നും ഫ്ളാറ്റിന് സമീപത്തുള്ള മൈതാനത്ത് പുതുവത്സരം ആഘോഷിക്കാമെന്ന് കരുതി, മുറിയിലെ ഒരു സംഘം മദ്യം കരുതിവെച്ചിരുന്നു. എന്നാൽ കൊടുംതണുപ്പിൽ മദ്യപരല്ലാത്തവരോട് ക്ഷമായാചനം ചെയ്തശേഷം മുറിയിൽതന്നെ സേവ ആരംഭിച്ചു. പൊതുവെ എനിക്ക് മദ്യത്തോട് താല്പര്യമില്ലെങ്കിലും ഞാൻ രണ്ട് സ്മോൾ കഴിച്ചു. ഈ ഞാനും ഇതാ പുതുവത്സരം ആഘോഷിക്കുന്നു. മിർചന്ദാനി സേട്ടിനെപ്പോലെതന്നെ അദ്ദേഹത്തിന്റെ വെറും ഏഴാംകൂലിയായ ഈ ഞാനും പുതുവത്സരാഘോഷത്തിൽ, ആഹാ!

പിറ്റേന്ന് രാവിലെ പത്രങ്ങളിൽ ശൈത്യം ആഞ്ഞുവീശി. 'മഹാനഗരം കൊടും ശൈത്യത്തിന്റെ പിടിയിൽ', 'ശൈത്യം നഗരത്തെ കീഴടക്കി', 'പുതുദശകം ശൈത്യത്തിന്റെ അകമ്പടിയോടെ...' തലക്കെട്ടുകൾ തണുത്ത് വിറച്ച് തുള്ളി. നേരം നന്നെ പുലർന്നിട്ടും തണുപ്പ് ലേശവും കുറഞ്ഞിരുന്നില്ല. ഇടയ്ക്കിടെ തുളഞ്ഞുകയറുന്ന കാറ്റും വീശുന്നുണ്ട്.

നഗരവാസികൾ പുതുവത്സരം ശൈത്യത്തിൽ കുതിർന്നുതന്നെ

ആഘോഷിക്കുകയായിരുന്നു. അലമാരകളിലെവിടെയോ മറഞ്ഞു കിടന്നിരുന്ന കമ്പിളി വസ്ത്രങ്ങളും മഫ്ളറും സ്വെറ്ററുകളും നഗരവീഥികളിലും പ്രത്യക്ഷപ്പെട്ടു. തങ്ങളുടെ നഗരം പൊടുന്നനെ ഒരു ഹിൽസ്റ്റേഷനായി മാറിയിരിക്കുന്നു, അല്പനേരത്തേക്കെങ്കിലും, എന്ന ആഹ്ലാദം തണുപ്പിനെ സഹിക്കാൻതക്ക ആരോഗ്യമുള്ളവരിലും കമ്പിളിവസ്ത്രങ്ങളുടെ ഉടമസ്ഥരിലും അലയടിച്ചു. എന്റെ സേട്ടുവും വർണ്ണശബളമായ ഒരു സ്വെറ്റർ അണിഞ്ഞാണ് കടയിൽ വന്നത്.

പത്രങ്ങളും റേഡിയോയും ടി വിയുമെല്ലാം കാലാവസ്ഥാവിദഗ്ദ്ധരെ ഉദ്ധരിച്ച് അറിയിച്ചിരുന്നത് ശൈത്യം എപ്പോൾ വേണമെങ്കിലും പിൻവാങ്ങിയേക്കും എന്നായിരുന്നു. പടിഞ്ഞാറ് എവിടെയോ സംഭവിച്ച പ്രത്യേക അന്തരീക്ഷ വ്യതിയാനം നേരെയാകുമ്പോൾ ശൈത്യം പിൻവാങ്ങിയേക്കും എന്ന് അവർ പറഞ്ഞു.

എന്നാൽ ശൈത്യം അങ്ങനെ പിൻവാങ്ങിയില്ല. ദിവസങ്ങൾ കൊഴിഞ്ഞുവീണിട്ടും ശൈത്യം തുടരുകതന്നെ ചെയ്യുകയാണ്. ചില ദിവസങ്ങളിൽ അത് വല്ലാതെ ഏറുകയും ചെയ്തു.

എന്നെപ്പോലെ കമ്പിളിവസ്ത്രങ്ങളൊന്നുമില്ലാത്തവർ ശൈത്യം തുടർന്നും നിലനിന്നതോടെ ഏറെ കഷ്ടത്തിലായി. സദാ എല്ലുവരെ കോച്ചിപ്പോകുന്ന തണുപ്പിൽ വിറങ്ങലിച്ച്, ചൂളിപ്പിടിച്ചുള്ള ഇരുപ്പും നടപ്പും കിടപ്പുമെല്ലാം ജീവിതം വല്ലാതെ ദുസ്സഹമാക്കി.

പക്ഷേ, സമ്പുഷ്ടമായ ഭക്ഷണവും അനുയോജ്യമായ വസ്ത്രങ്ങളും ഗൃഹാന്തരീക്ഷങ്ങളും ഉള്ളവർക്ക് ശൈത്യം ആസ്വദിക്കാനുള്ളത് തന്നെയായിരുന്നു. പത്രങ്ങളിലും ടി വി, - റേഡിയോകളിലും ശൈത്യത്തിന്റെ വരവിനെ പ്രകീർത്തിച്ചുകൊണ്ടുള്ള പ്രഭാഷണങ്ങളും ലേഖനങ്ങളും കുറിപ്പുകളും പ്രത്യക്ഷപ്പെട്ടു. ഒടുവിൽ ഇതാ കുറച്ചുകാലത്തേക്കെങ്കിൽ കുറച്ചുകാലത്തേക്ക് നശിച്ച ഉഷ്ണമേഖലാ കാലാവസ്ഥയിൽ നമ്മൾ മോചനം നേടിയിരിക്കുന്നു. ഉഷ്ണമേഖലയുടെ കൂടപ്പിറപ്പുകളായ വിയർപ്പും അമർഷം പുകയുന്ന മനസ്സുകളുമെല്ലാം ഇതാ ഒടുങ്ങുന്നു, പകരം തണുത്ത് പതംവന്ന മനസ്സുകളും ഒട്ടുമേ വിയർക്കാത്ത ശരീരങ്ങളും നമുക്കും സ്വായത്തമായിരിക്കുന്നു. നമ്മുടെ മൂന്നാംലോകാവസ്ഥയുടെ കാരണങ്ങളിലൊന്നുതന്നെയായിരിക്കുന്ന ഉഷ്ണമേഖലാ കാലാവസ്ഥ കുറച്ചുകാലത്തേക്കെങ്കിലും ഇങ്ങനെ മാറി നില്ക്കുന്നത് അനുഗ്രഹം തന്നെയാണ്. വാദങ്ങളും അഭിപ്രായങ്ങളും ഇത്തരത്തിൽ ധാരാളം ഒഴുകി.

ഇതിനിടെ ശൈത്യത്തിന്റെ തുടരൽ കാലാവസ്ഥ വിദഗ്ദ്ധന്മാരെയും ഭൗമശാസ്ത്രജ്ഞരെയും വല്ലാതെ ബദ്ധപ്പെടുത്തി. ചൂടുപിടിച്ച ഗവേഷണങ്ങളും പഠനങ്ങളും വാദപ്രതിവാദങ്ങളും നടന്നു. ക്രമേണ ശൈത്യം ഒരു താല്ക്കാലിക പ്രതിഭാസമല്ല, സ്ഥായിയായ ഒരു ഭൗമമാറ്റമാണ് എന്ന

അഭിപ്രായം ശക്തിപ്പെട്ടുതുടങ്ങി.

ജനുവരി പകുതിയോടെ ശൈത്യം രാജ്യത്തിന്റെ മറ്റു ഭാഗങ്ങളിലേക്കും വ്യാപിക്കുന്നു എന്ന വാർത്ത വന്നുതുടങ്ങി. രാജ്യമെമ്പാടും ശൈത്യമേഖലയായി മാറുകയായിരുന്നു. ഏതിന്റെയും തുടക്കം രാജ്യത്തിന് നല്കുന്ന മഹാനഗരം മഹത്തായ ഈ പരിവർത്തനത്തിനും നായകത്വം നല്കിയിരിക്കുന്നുവെന്ന് മഹാനഗരത്തിന്റെ നായകന്മാരും നായികമാരും പിന്നെ അനുയായികളും ഊറ്റംകൊണ്ടു.

ശൈത്യം അതിശക്തമായി തുടർന്നതോടെ, പലയിടത്തും ചേരിപ്രദേശങ്ങളിലും തെരുവോരങ്ങളിലും പാർക്കുന്ന മനുഷ്യർ അതിനെ നേരിടാനുള്ള സന്നാഹങ്ങളില്ലാതെ മരിച്ചു തുടങ്ങി. ഞാൻതന്നെ പലവട്ടം അത്തരം മൃതദേഹങ്ങൾ കണ്ടു. എന്നാൽ പത്രങ്ങളിലും ടി വിയിലുമൊന്നും ഇത് വലിയ വാർത്തയായി കണ്ടില്ല. ശൈത്യത്തെക്കുറിച്ചുള്ള വാർത്തകളേറെയും രാജ്യം ഒരു ശീതമേഖലാ രാജ്യമായിത്തീരുന്നതിന്റെ ഗുണഗണങ്ങളും ആഘോഷങ്ങളുമായിരുന്നു. ഉഷ്ണമേഖലാ മനുഷ്യന്റെ കൂടപ്പിറപ്പായ 'തളർന്ന പട്ടി' മനോഭാവം മാറി എങ്ങനെ ഇനിമേൽ നമ്മുടെ പൗരന്മാർ ആക്രമണോത്സുക മനോഭാവമുള്ളവരായിത്തീരുമെന്നും 'കില്ലർ ഇൻസ്റ്റിങ്ട്' എങ്ങനെ ഇനി തനിയേ രൂപപ്പെടുമെന്നുമൊക്കെ വിശകലനങ്ങൾ ആർത്തുവിളിച്ചു.

ശൈത്യത്തിൽ കൂടുതൽ കൂടുതൽ ദുസ്സഹമാകുന്ന എന്റെ ജീവിതത്തിൽ ഇടയ്ക്കൊക്കെ ഒരു പ്രതീക്ഷയോടെ ചെറുനെരിപ്പോടായി വൈശാഖിയുടെ മുഖം മനസ്സിൽ കടന്നുവന്നു. അവൾ എപ്പോൾ വേണമെങ്കിലും വീണ്ടും എന്റെ ജാലകത്തിനെതിരെയുള്ള മുറിയിൽ പ്രത്യക്ഷപ്പെടാം എന്ന ചിന്ത തെല്ല് ആഹ്ലാദം പകരുന്നതായിരുന്നു. എന്നാൽ ഓരോ ദിവസവും കടന്നുപോകുകയും അവളെ കാണാതിരിക്കുകയും ചെയ്യുന്നതോടെ ആ ചെറിയ ആഹ്ലാദവും നിരാശയുടെ തിരയടിയിൽ തകർന്നുകൊണ്ടിരുന്നു.

ഒരുനാൾ വൈശാഖി ജോലിചെയ്തിരുന്ന സ്ഥാപനത്തിന്റെ ഉടമസ്ഥന്റെ പക്കൽനിന്ന് നഗരത്തിലെ അവളുടെ ബന്ധുവിന്റെ വിലാസം ഞാൻ സംഘടിപ്പിച്ചു. ഒരൊഴിവ് ദിവസം ആ വിലാസം തപ്പിപ്പിടിച്ച് അതിൽ പറഞ്ഞിരിക്കുന്ന ഫ്ളാറ്റിൽ എത്തി. എന്നാൽ ആ ഫ്ളാറ്റിൽ താമസിക്കുന്ന ബംഗാളി കുടുംബത്തിന് വൈശാഖിയെക്കുറിച്ച് ഒരറിവുമില്ലായിരുന്നു. അവർ ആറേഴ് കൊല്ലമായി അവിടെ താമസിക്കുന്നു. വൈശാഖി എന്ന പെൺകുട്ടിയെക്കുറിച്ചോ അവളുടെ ബന്ധു എന്ന് പറയുന്ന ആളിനെക്കുറിച്ചോ അവർ കേട്ടിട്ടേയില്ല.

ഞാനാകെ സ്തബ്ധനായി. അപ്പോൾ പിന്നെ അവൾ പണിയെടുത്തിരുന്ന കടയിൽ നല്കിയിരുന്ന വിലാസം!

അവളെന്തിനാണ് ഇങ്ങനെയൊരു കള്ളവിലാസം നല്കിയത്.

അതോ ഇക്കൂട്ടരാണോ കള്ളം പറയുന്നത്. അങ്ങനെയെങ്കിൽ അതെന്തിന്? അസ്വാസ്ഥ്യകരമായ ചോദ്യങ്ങളുടെ ഒരു കടന്നൽക്കൂട്ടം തന്നെ പൊട്ടിയിളകി എന്റെ നേരെ പാഞ്ഞുവന്നു.

വൈശാഖിയെക്കുറിച്ച് ഇനി എവിടെ തിരക്കാനാണ്? സത്യത്തിൽ ഇപ്പോൾ മാത്രമാണ് ഞാൻ മനസ്സിലാക്കുന്നത്, അവളെക്കുറിച്ച് എന്ത് തുച്ഛമായേ അറിഞ്ഞിരുന്നുള്ളൂ. ആ സ്വപ്നംപോലെ അവൾ എന്റെ ജീവിതത്തിൽ നിന്നും അപ്രത്യക്ഷമായിരിക്കുന്നു.

അവൾ എന്നിൽ വരഞ്ഞിട്ട സത്താറയിലെ ഗ്രാമത്തിലെ ഉള്ളി വയലുകളും ചെറുകുന്നുകളും ഇപ്പോൾ ഒരു കഥയിലെ പശ്ചാത്തലങ്ങൾ പോലെ മാത്രം. പൊടിക്കാറ്റും ശൂന്യതയും മാത്രം നിറഞ്ഞ് അകലങ്ങൾക്കുമപ്പുറത്ത് ഒരു ബാല്യവും കൗമാരവും പിന്നിട്ട് കടന്നുവന്ന എനിക്ക് വൈശാഖിയുടെ ഗ്രാമം ആദ്യമായി ഓർക്കാൻ സുഖമുള്ള ഒരു ഭൂമിക സമ്മാനിക്കുകയായിരുന്നു. എന്നാൽ അതിലൊക്കെ എന്തെങ്കിലും യാഥാർത്ഥ്യമുള്ളതായി ദിവസങ്ങൾ കഴിയുംതോറും വിശ്വസിക്കാനേ കഴിയുന്നില്ല.

പെട്ടെന്നാണ് പടിഞ്ഞാറുനിന്ന് മറ്റൊരു കാറ്റ് കൂടി ഉഗ്രമായി വീശിത്തുടങ്ങിയത്. ഒരു മഹായുദ്ധത്തിന്റെ കാറ്റ്. ലോകത്തിന്റെ പൊലീസുകാരനായ പടിഞ്ഞാറൻ രാജ്യം എണ്ണപ്പാടങ്ങളുടെ നാടുകളിൽ സാർവ്വദേശീയ നീതിക്ക് വേണ്ടി എന്ന് ഉദ്ഘോഷിച്ച് നടത്തിയ യുദ്ധത്തിന്റെ കാറ്റ്.

എണ്ണപ്പാട രാജ്യങ്ങൾ പരസ്പരം കലഹിച്ച് തുടങ്ങിയതോടെ എണ്ണക്കിണറുകളിൽ എപ്പോഴും കഴുകൻ കണ്ണുകൾ ഉറപ്പിച്ച് കാത്തിരിക്കുന്ന പൊലീസുകാരൻ. രാജ്യം അതിന്റെ യുദ്ധക്കപ്പലുകളെയും പോർവിമാനങ്ങളെയും എണ്ണപ്പാടങ്ങളുടെ തൊട്ടരികിൽ കൊണ്ടുനിർത്തി. ശൈത്യത്തിന്റെ വരവിനെ ആഘോഷിപ്പിച്ച് കുറെയൊക്കെ ആലസ്യം ബാധിച്ച് കഴിഞ്ഞ പത്രങ്ങൾക്കും ടി വികൾക്കും ഈ യുദ്ധം ഒരു ഉത്തേജന ഔഷധമായിത്തീർന്നു. ഏതോ ഉല്ലാസപ്രദമായ മഹോത്സവം വരുന്നുവെന്നമട്ടിൽ കുറേ ദിവസങ്ങളോളം മാധ്യമങ്ങൾ 'യുദ്ധം വരുന്നു, ദാ വരുന്നു' എന്ന് ആർത്ത് വിളിച്ചു.

ഒടുവിലൊരു പുലർച്ചയിൽ യുദ്ധം തുടങ്ങി. അന്ന് നഗരത്തിലാകെ ജനങ്ങൾ ഉന്മാദത്തിലായിരുന്നു. പത്രങ്ങളും ടിവിയും യുദ്ധ സ്പെഷ്യലുകൾ ഇറക്കി മത്സരിച്ചു. നഗരത്തിലെ അന്തരീക്ഷത്തിലെമ്പാടും യുദ്ധത്തിന്റെ കാറ്റ് ശീതക്കാറ്റിനൊപ്പം പാഞ്ഞുനടന്നു.

യുദ്ധം തുടങ്ങി. രണ്ട് ദിവസത്തിനകം ഇത് ഇന്നേവരെ ഉണ്ടായിട്ടില്ലാത്തതരം ഒരു യുദ്ധമാണെന്ന് വാർത്ത പ്രചരിച്ചു. മിസൈലുകളും മിസൈലുകളും തമ്മിൽ ഏറ്റുമുട്ടുന്നു. മിസൈലുകൾ ആൾനാശമൊന്നുമുണ്ടാക്കാതെ എണ്ണപ്പാടരാജ്യത്തിലെ കെട്ടിടങ്ങളും പാലങ്ങളും

മാത്രം നശിപ്പിക്കുന്നു. ചുരുക്കത്തിൽ വളരെ ധാർമ്മികമായ, രസകര മായ ഒരു യുദ്ധം. "അതീവ രസകരമായ വീഡിയോ ഗെയിം പോലെ യുള്ള യുദ്ധം. പടിഞ്ഞാറൻ സാങ്കേതികതയുടെയൊരു കളിയേ! യുദ്ധം പോലും എത്ര പരിഷ്കൃതവും രസകരവുമാക്കി മാറ്റിയിരിക്കുന്നു അവർ"- ട്രെയിൻ കമ്പാർട്ട്മെന്റുകളിൽ മാന്യന്മാർ ടൈം പാസ് കടല കൊറിച്ചു കൊണ്ട് അത്ഭുതം കൂറി.

രണ്ട്

യുദ്ധം പക്ഷേ, എല്ലാ ടെലിവിഷൻ ചാനലുകളിലും കാണാനില്ലായിരുന്നു. ഒരേയൊരു പടിഞ്ഞാറൻ വാർത്താ ചാനലിനെ മാത്രമേ യുദ്ധമുഖത്ത് അനുവദിച്ചിരുന്നുള്ളൂ. അവരാകട്ടെ ഇരുപത്തിനാല് മണിക്കൂറും യുദ്ധം ആഘോഷിക്കുകയും ചെയ്തു. പല സമയങ്ങളിലും തത്സമയ സംപ്രേഷണങ്ങളും അല്ലാത്തപ്പോൾ ക്രിക്കറ്റ് കളിയുടേതൊക്കെ പോലെ റീ -പ്ലേകൾ കാണിക്കുകയും ചെയ്തു. പക്ഷേ, രാജ്യത്ത് കേബിൾ കണക്ഷനുകൾ തീരെയില്ലാത്തതിനാൽ ഈ പടിഞ്ഞാറൻ ചാനൽ കാണുക എന്നത് വിലപ്പെട്ട ഒരു സുഖസൗകര്യമായിരുന്നു. കുറേ വൻകിട ഹോട്ടലുകളിലും സ്ഥാപനങ്ങളിലും ധനികഗൃഹങ്ങളിലും മാത്രമുള്ള ഒരാഡംബരം.

മുന്തിയ ഹോട്ടലുകളും റെസ്റ്റോറന്റുകളും തങ്ങളുടെ ആതിഥ്യം അനുഭവിച്ച് പടിഞ്ഞാറൻ ചാനൽ കണ്ട് യുദ്ധത്തിന്റെ ഹരം പങ്കിടാൻ ക്ഷണിക്കുന്ന പരസ്യങ്ങൾ പത്രങ്ങളിൽ ധാരാളമായി വന്നു. "സ്വാദിഷ്ഠമായ ഭക്ഷണത്തോടൊപ്പം ത്രസിപ്പിക്കുന്ന യുദ്ധക്കളികളും" "രുചികരമായ ഒരു കടിക്കൊപ്പം ഹരം പിടിപ്പിക്കുന്ന ഒരു മിസൈൽ ആക്രമണം- ഇതാ നിങ്ങൾക്കായി ഇന്നു രാത്രി," "യുദ്ധം ഒരിക്കലും ഇത്ര ആസ്വാദ്യകരമായിരുന്നില്ല. ഇപ്പോഴിതാ മനോജ്ഞമായ യുദ്ധക്കളികൾ ഞങ്ങളുടെ സ്ക്രീനിൽ", "ഇന്നത്തെ അത്താഴത്തിനൊപ്പം പോരാട്ടത്തിന്റെ ചൂടൻ വിഭവങ്ങളും."

പരസ്യങ്ങൾ തീർച്ചയായും ഫലം കണ്ടു. തങ്ങളുടെ വരുമാനവുമായി തട്ടിച്ച് നോക്കുമ്പോൾ അതിഭീമമായ റസ്റ്റോറന്റ് ബില്ലുകൾ

നല്കിയും പലരും യുദ്ധവും ഭക്ഷണവും ആസ്വദിക്കാൻ ഒരുമ്പെട്ടു. ഞാനുൾപ്പെടെ മുറിയിലുള്ള എല്ലാവരോടും നിത്യവും കടക്കാരനായ, അകലെ ഗ്രാമത്തിൽ വലിയൊരു കുടുംബത്തിന്റെ ബാദ്ധ്യത ചുമലിലുള്ള അവിനാശ് പാണ്ഡേയായിരുന്നു എന്റെ സഹമുറിയന്മാർക്കിടയിൽ ആദ്യം തന്നെ ഇങ്ങനെ ഇറങ്ങിപ്പുറപ്പെട്ടത്.

"നല്ല ബില്ലായി. എങ്കിലെന്ത്! എന്റെ പൈസ മുതലായി. യുദ്ധമെന്നൊക്കെ പറഞ്ഞാൽ അവൻ, ആ പടിഞ്ഞാറൻ പൊലീസ് കഴിഞ്ഞിട്ടേ കാര്യമുള്ളൂ. മിസൈലും ബോംബറുമൊക്കെവെച്ച് എന്താണവന്റെയൊരു പെർഫോമൻസ്! മനുഷ്യനെയൊന്നും തൊടാതെ കെട്ടിടങ്ങളും പാലങ്ങളും മാത്രം പപ്പടംപൊടിക്കുന്നത് പോലെ തകർക്കുകല്ലിയോ," അവിനാശിന്റെ വിവരണം കേട്ട് ഇളകിമറിഞ്ഞ മുറിയിലുള്ള വേറെ ചിലരും യുദ്ധവും അത്താഴവും പൈസ കടം വാങ്ങിപ്പോലും അനുഭവിച്ചു. ആ രാത്രികളിൽ ആവേശപൂർവ്വമായ അവരുടെ അനുഭവവിവരണം കേട്ടുകൊണ്ട് പാഞ്ഞ് കയറുന്ന തണുപ്പിനോട് മല്ലടിച്ച് കിടന്നു.

പിന്നൊരു ദിവസം ഉച്ചനേരത്ത് സേട്ട് പതിവില്ലാത്ത സന്തോഷം നിറഞ്ഞ മുഖത്തോടെ കടയിൽ ഒരു പ്രഖ്യാപനം നടത്തി. "സഹോദരന്മാരേ, നിങ്ങൾക്ക് ഞാൻ ഒരു വലിയ സമ്മാനം തരികയാണ്. എന്താണെന്ന് ഊഹിക്കാമോ?"

ഞങ്ങൾ ജീവനക്കാർ പരസ്പരം അന്തംവിട്ട നോക്കി. ഇങ്ങനൊരു സമ്മാനം തരൽ ദീപാവലിക്കാലത്ത് പോലും ഇവിടെ ഞരങ്ങിയും മൂളിയുമാണ്. സമ്മാനം പോയിട്ട് നിസ്സാര തുകപോലും അഡ്വാൻസ് ചോദിച്ചാൽ തരാൻ കൂട്ടാക്കാറില്ല. പിന്നിപ്പോൾ ഒരു പ്രകോപനവുമില്ലാതെ...?

"ശരി, ഞാൻ തന്നെ പറയാം. ഇന്ന് സന്ധ്യക്ക് നിങ്ങളെല്ലാവരും ഹോട്ടൽ ട്രിഡന്റ് ഇന്റർനാഷണലിൽ പോകുന്നു. അവിടെ ചായയും ബിസ്കറ്റും കഴിച്ചിരിക്കുമ്പോൾ, നിങ്ങൾക്ക് മുമ്പിൽ വലിയ വീഡിയോ സ്ക്രീനിൽ യുദ്ധം. നാല് മണിക്കൂർ നേരം നിങ്ങൾക്ക് ആവോളം യുദ്ധം ആസ്വദിക്കാൻ ഞാൻ ഏർപ്പാട് ചെയ്തിരിക്കുകയാണ്. ഇത്ര വലിയൊരു ചരിത്രമഹോത്സവം നടക്കുമ്പോൾ, എന്റെ ജീവനക്കാരായ നിങ്ങൾ അതിൽനിന്നകന്ന് പോകാൻ പാടില്ല." സേട്ട് തന്റെ മാംസളമായ മുഖം ഒരു നിറഞ്ഞ ചിരിയിലേക്ക് ലയിപ്പിച്ചുകൊണ്ട് പറഞ്ഞു.

ഞാൻ എന്റെ ജീവിതത്തിൽ ആദ്യമായിട്ടാണ് ഇത്ര വലിയൊരു ഹോട്ടലിൽ കയറുന്നത്. ഞങ്ങൾ അഞ്ചുപേരുണ്ടായിരുന്നു. തീർച്ചയായും ഞങ്ങളഞ്ചുപേരും ആഡംബരത്തിന്റെ ഈ കളിത്തട്ടിൽ പൊരുത്തക്കേടുകൾ തന്നെയാണ് എന്ന് പറയേണ്ട കാര്യമേയില്ല. ദ്വാരപാലകൻ മുതൽ കോട്ട് - സൂട്ട് ധാരികളായ ഹോട്ടൽ ജീവനക്കാർവരെ എല്ലാവരും ഞങ്ങളുടെ പരുങ്ങിപ്പരുങ്ങിയുള്ള വരവിനെ കൗതുകപൂർവ്വമാണ് നോക്കുന്നത്.

വെളിച്ചത്തുള്ളിച്ചയിൽ ഓളം വെട്ടുന്ന അതിവിശാലമായ ഹോട്ടൽ ലോബിയിൽ ഞങ്ങൾ കീടങ്ങളെപ്പോലെ ചെറുതാവുകയാണെന്ന് തോന്നി. സേട്ട് പറഞ്ഞ പ്രകാരം ഞാൻ, ഞങ്ങൾ ഇന്നയിടത്ത് നിന്ന് വന്നിരിക്കുകയാണെന്ന് പറഞ്ഞപ്പോൾ പരിഹാസം സ്ഫുരിക്കുന്ന മുഖ ത്തോടെ ഒരു കോട്ടുധാരി ഞങ്ങളെ റസ്റ്റോറന്റിലേക്ക് കൊണ്ടുപോയി.

എന്റെ കൂടെയുള്ളവരെയും അപകർഷതാബോധം വലയ്ക്കുന്നു ണ്ടെങ്കിലും അവർ തികഞ്ഞ ഉത്സാഹത്തിലാണ്. എന്തൊക്കെയോ അടക്കം പറഞ്ഞും ചിരിച്ചും അവർ വരാൻപോകുന്ന മഹാഭാഗ്യത്തിലേക്ക് നടന്നടുക്കുകയാണ്. എനിക്ക് എന്തോ അത്ര വലിയ ഉത്സാഹമൊന്നും തോന്നിയില്ല.

ആകെ വിഭ്രാന്തിയുണർത്തുന്ന തരത്തിൽ അലംകൃതമായ റസ്റ്റോ റന്റിന്റെ മൂലയിലുള്ള ഒരു മേശയ്ക്ക് ചുറ്റും ഞങ്ങളെ ഇരുത്തിയിട്ട് കോട്ടു ധാരി നടന്നകന്നു.

വലിയ സ്ക്രീനിൽ യുദ്ധം പൊടിപാറുകയാണ്. ഇരുൾ തിങ്ങിയ ആകാശപ്പരപ്പിൽനിന്ന് വിമാനങ്ങൾ വർഷിക്കുന്ന ബോംബുകളും ഏതോ രഹസ്യകേന്ദ്രങ്ങളിൽനിന്ന് പായുന്ന മിസൈലുകളും കെട്ടിടങ്ങൾക്കും വിമാനങ്ങൾക്കുംമേലെ വീണ് നാനാവർണ്ണങ്ങളിൽ പൊട്ടിച്ചിതറുന്നു. ഇടയ്ക്കിടെ കൂറ്റൻ വിമാനവാഹിനിക്കപ്പലുകളുടെ ദൃശ്യങ്ങൾ.

ഞങ്ങൾക്ക് ചുറ്റുപാടുമുള്ള മേശകളിൽ മേലെക്കിടയിലുള്ള അതി ഥികൾ തങ്ങൾക്ക് മുമ്പിലുള്ള സമൃദ്ധമായ ഭക്ഷ്യപേയങ്ങളുടെ അക മ്പടിയോടെ ദൃശ്യങ്ങളാസ്വദിക്കുകയാണ്. കൊച്ചുകുട്ടികൾ ഓരോ പൊട്ടി ച്ചിതറലും കണ്ട് ആർത്ത് വിളിക്കുന്നുണ്ട്. കുറേ നേരം കഴിഞ്ഞപ്പോൾ ഒരു വെയ്റ്റർ ഞങ്ങൾക്കു മുമ്പിൽ ഓരോ കപ്പ് ചായയും ഒരു തളിക യിൽ കുറെ ബിസ്കറ്റുകളും കൊണ്ടുവെച്ചു. സമയം ഒൻപത് മണി കഴിഞ്ഞിരിക്കുന്നു. എനിക്ക് നന്നേ വിശക്കുന്നുമുണ്ട്. ഈ ചായയും ബിസ്കറ്റും കൊണ്ട് മണിക്കൂറുകൾ കഴിച്ചുകൂട്ടുകയെന്ന് പറഞ്ഞാൽ..... പക്ഷേ, എന്റെ കൂടെയുള്ളവർക്ക് വിശപ്പ് ഒരു പ്രശ്നമേയല്ലെന്ന് തോന്നുന്നു. അവർ പൂർണ്ണമായും സ്ക്രീനിലെ ഇന്ദ്രജാലക്കാഴ്ചകളിൽ മുഴുകിയിരിക്കുകയാണ്. സ്വതേ വലിയ വിശപ്പിന് പേരുകേട്ട ഗവാരി ക്കർ ബിസ്കറ്റ് പോലും തൊടുന്നില്ല. അയാൾ മിസൈലുകളുടെയൊപ്പം പറക്കുകയാണ്.

എനിക്കാണെങ്കിൽ സ്ക്രീനിലെ കളികൾ വല്ലാതെ മടുത്തിരി ക്കുന്നു. ചുറ്റുപാടുനിന്നും ഉയരുന്ന ഭക്ഷ്യവസ്തുക്കളുടെ മാദകഗന്ധ ങ്ങളും ഞങ്ങളുടെ മേശയിലെ ദാരിദ്ര്യവും കൂടിക്കലർന്നതോടെ മടുപ്പ് അരിശത്തിലേക്ക് കുതിച്ചു. ഇനി ഇവിടെ ഇങ്ങനെ ഇരുന്നാൽ എന്റെ

നിയന്ത്രണം വിട്ടുപോകുമെന്ന് തോന്നിയ വേളയിൽ കൂട്ടുകാരോട് പറഞ്ഞു:

"സുഹൃത്തുക്കളേ, നിങ്ങളിരുന്ന് കാണുക. എനിക്ക് വല്ലാതെ വിശക്കുന്നു. പുറത്ത് പോയി ഏതെങ്കിലും ഡബ്ബയിൽനിന്ന് ഭക്ഷണം കഴിച്ചിട്ട് ഞാൻ സ്ഥലംവിടുകയാണ്."

അവർക്ക് ഞാൻ പറഞ്ഞത് ഒട്ടും തന്നെ ദഹിച്ചില്ല. സേട്ട് അനുവദിച്ച് തന്ന ഈ മഹാസൗഭാഗ്യം ആരെങ്കിലും തട്ടിക്കളയുകയോ! ഈ ജന്മത്ത് ഇതേപോലൊരു ഹോട്ടലിൽ ഇങ്ങനെ മണിക്കൂറുകളോളം കയറിയിരിക്കാൻ ഇനി എന്നെങ്കിലും സാധിക്കുമോ? സ്ക്രീനിൽ ഇങ്ങനെ ഇന്ദ്രജാലം കണ്ടിരിക്കുമ്പോൾ എന്തിന് ഭക്ഷണം. അവർ അല്പനേരം എന്നോട് തർക്കിച്ച് നോക്കി. എന്നാൽ എന്റെ തീരുമാനം ഉറച്ചതായതുകൊണ്ടും അവർക്ക് തങ്ങളുടെ ആ സമയം വെറുതെ തർക്കിച്ച് കളയാൻ താല്പര്യമില്ലാത്തതുകൊണ്ടും സംസാരം അധികം നീണ്ടില്ല.

പുറത്ത് കടലോരത്ത് ഡബ്ബയിൽ ആളുകൾ തീരെയില്ലായിരുന്നു. ചീറിയടിക്കുന്ന ശീതക്കാറ്റിൽ അവിടെനിന്ന് ഭക്ഷണം കഴിക്കുക വളരെ ബുദ്ധിമുട്ടായിരുന്നു. ശൈത്യത്തിന്റെ കടന്നുവരവോടെ രാത്രിയിലെ കച്ചവടം തീരെയില്ലാതെയായി എന്ന് പാവ് ബജി എന്റെ പ്ലേറ്റിലേക്ക് കോരിയിടവെ ഡബ്ബാവാലാ പിറുപിറുത്തു; "ഇപ്പോ പണമുള്ളവർക്ക് മാത്രം പുറത്തിറങ്ങി ആഘോഷിക്കാനുള്ളതാണ് രാത്രി. മുമ്പൊക്കെ രാത്രികള് ഏറെയും പാവപ്പെട്ടവരുടേതായിരുന്നു. ഇപ്പോ തണുപ്പിനെ നേരിടാൻ പാങ്ങില്ലാത്തവർക്ക് എങ്ങനെ രാത്രീല് പുറത്തിറങ്ങി കറങ്ങാനാവും." ശീതക്കാറ്റ് ഒന്നുകൂടി ശക്തിയിൽ വീശി. ഞങ്ങൾ രണ്ടാളും കിടുകിടാ വിറച്ചു. കാറ്റിൽ ഡബ്ബാഅടുപ്പിലെ തീനാളങ്ങൾ വിറകൊണ്ട് ആടിയുലഞ്ഞു.

കുറേ ദിവസങ്ങൾക്ക് ശേഷം യുദ്ധം അവസാനിച്ചു. ലോകപൊലീസുകാർ രാജ്യത്ത് ധാർമ്മികത വിജയിച്ചുവെന്നും ഇനിമേൽ ആരെങ്കിലും എവിടെയെങ്കിലും ധാർമ്മികതയ്ക്ക് എതിരായി ചലിക്കുന്നു എന്ന് തോന്നിയാൽ വീണ്ടും ഇതേപോലെ തങ്ങൾ ആഞ്ഞടിക്കുമെന്നും പ്രഖ്യാപിച്ചു. യുദ്ധം ഘോരമായിരുന്നെങ്കിലും തീരെയും മനുഷ്യജീവനെ കുരുതികൊടുക്കാതെ ശത്രുവിന്റെ തന്ത്രപ്രധാനമായ സ്ഥാപനങ്ങളും കെട്ടിടങ്ങളും മാത്രം തകർത്ത യുദ്ധമായിരുന്നു കഴിഞ്ഞതെന്നും ഇത് തങ്ങളുടെ ശാസ്ത്ര, ധാർമ്മിക, സാങ്കേതിക പുരോഗതിയുടെ അടയാളം കൂടിയാണെന്നും ലോകപൊലീസുകാരൻ ഉദ്ഘോഷിച്ചു.

എന്നാൽ കുറേ നാളുകൾ കഴിഞ്ഞപ്പോൾ ചില ചെറിയ പത്രങ്ങളിലും വാരികകളിലും പടിഞ്ഞാറൻ പൊലീസുകാരൻ എണ്ണപ്പാടങ്ങളിൽ

നടത്തിയ യുദ്ധത്തിൽ പതിനായിരക്കണക്കിന് ആളുകൾ മരിച്ചുവെന്നും അതിലുമിരട്ടി പേർ അംഗഭംഗംവന്ന് നരകിക്കുകയാണെന്നും വാർത്തകൾ വന്നു. മനുഷ്യനാശമില്ലാത്ത ഒരു ഉന്നത സാങ്കേതിക യുദ്ധമെന്നത് പൊലീസുകാരൻരാജാവും അതിന്റെ നിയന്ത്രണത്തിലുള്ള ടി വി ചാനലുകളും അവർ പറയുന്നത് ഏറ്റുപാടുന്ന പത്രങ്ങളും നടത്തിയ ഒരു മായാനാടകം മാത്രമായിരുന്നെന്നും യാഥാർത്ഥയുദ്ധം പഴയകാല യുദ്ധങ്ങളേക്കാളുമൊക്കെ എത്രയോ പൈശാചികവും മനുഷ്യത്വവിരുദ്ധവുമായിരുന്നുവെന്നും ഈ വാർത്തകളിൽ വായിച്ചു.

പക്ഷേ, ഇവിടത്തെ ശൈത്യമരണങ്ങളുടേതിന്റെ കാര്യത്തിലെന്ന പോലെതന്നെ ഈ വാർത്തകൾക്കൊന്നും ഞാൻ തുടർവാർത്തകൾ എങ്ങും കണ്ടില്ല. ചിലരോടൊക്കെ ഞാൻ ഇക്കാര്യങ്ങൾ പറഞ്ഞപ്പോൾ അത് എണ്ണപ്പാട ഭീകരന്മാരുടെ പ്രചാരണവേലമാത്രമാണെന്ന് അവർ പറഞ്ഞു. ലോക പൊലീസുകാരൻ തങ്ങളുടെ യുദ്ധത്തിനെതിരെ വാർത്തകൾ വന്നപ്പോൾ ഇറക്കിയ മറുപടിക്കുറിപ്പുകൾ തന്നെ. മിക്കവർക്കും പൊലീസ് രാജ്യത്തിന്റെ അധികാരികളുടെ വാക്കുകൾ ഏതോ വിശുദ്ധഗ്രന്ഥത്തിലെ വാക്കുകൾക്ക് തുല്യമായാണ് അനുഭവപ്പെടുന്നത് എന്ന് എനിക്കു തോന്നി. ആ വാക്കുകളെ അവിശ്വസിക്കുന്നതുവരെ വിശ്വാസികളുടെ ഭൂരിപക്ഷം ശത്രുതയോടെ നോക്കുന്നതു പോലുമുണ്ടോ? തീർച്ചയായും സേട്ടുവോ മറ്റോ എന്റെ അവിശ്വാസത്തെക്കുറിച്ച് അറിഞ്ഞാൽ എന്നെ പണിയിൽനിന്ന് പിരിച്ച് വിടുമെന്ന് പോലും തോന്നി.

വർഷങ്ങളങ്ങനെ കടന്നു പൊയ്ക്കൊണ്ടിരിക്കുകയാണ്. പറയത്തക്കതായി എനിക്ക് മറ്റൊന്നുമില്ല. ശാരീരികമായി അല്പം കൂടി ദുർബ്ബലനായി എന്നതൊഴിച്ചാൽ, സേട്ടുവിന്റെ കണക്കപ്പിള്ളയായി അതേ കുടുസ്സുമുറിയിൽ പണി, രാത്രിയിൽ പഴയ അതേ മാളത്തിൽ ആൾക്കൂട്ടത്തിനിടയിൽ ഉറക്കം.

വൈശാഖി പിന്നീടിതേവരെ പ്രത്യക്ഷപ്പെട്ടിട്ടില്ല. എങ്ങുനിന്നും ഒരു വിവരവും കിട്ടിയിട്ടുമില്ല. ശീതക്കാറ്റിന്റെ കടന്നുവരവിനൊപ്പം അവളും പോയി മറഞ്ഞിരിക്കുന്നു. അല്ല, ശീതക്കാറ്റിനുമുമ്പ് തന്നെ അവൾ പോയിക്കഴിഞ്ഞിരുന്നുവല്ലോ. അല്ലെങ്കിലും ശീതക്കാറ്റിന്റെ വരവിനോടൊപ്പമാണ് എല്ലാ ദുരിതങ്ങളും വന്നതെന്ന് പറയുന്നത് ശരിയാണോ.

ശീതക്കാറ്റിന്റെ വരവിന് മുമ്പുതന്നെ എന്റെയും അനേകംകോടി ജനങ്ങളുടെയും ജീവിതം ദുരിതപൂർണ്ണം തന്നെയായിരുന്നില്ലേ!

അതേ ദുരിതപൂർണ്ണം തന്നെയായിരുന്നു. പക്ഷേ, ദുരിതത്തിനിടയിലും എങ്ങനെയോ രക്ഷപ്പെടാം, അതിന് ശ്രമിക്കാം എന്നൊക്കെ ചില പ്രതീക്ഷകളുണ്ടായിരുന്നു. എന്നാൽ രാജ്യം ശൈത്യമേഖലയായതോടെ അത്തരം പ്രതീക്ഷകളെ ഇല്ലാതാക്കിയിരിക്കുന്നു. പലപ്പോഴും ശ്വാസം

മുട്ടിക്കുന്ന പുകമഞ്ഞും എല്ലുകൾ കോച്ചുന്ന തണുപ്പും ചേർന്ന് എന്നെപ്പോലുള്ളവരുടെ ജീവിതം അതിന്റെ ചെറിയ ചലനങ്ങൾവരെ കെട്ടിവരിഞ്ഞ് നിർത്തുകയാണ്.

എന്തിന് ഏറ്റവും അത്യാവശ്യമായ വിശപ്പടക്കുന്ന കാര്യം പോലും ഇപ്പോൾ ഏറെ കഷ്ടത്തിലാണ്. രാജ്യം ശൈത്യമേഖലയിലായതോടെ ഇടത്തരക്കാരും മേലെക്കിടക്കാരും അവരുടെ പഴയ രീതിയിലുള്ള ഭക്ഷണസാധനങ്ങളൊക്കെ പാടേ ഉപേക്ഷിച്ച് പടിഞ്ഞാറൻ ശൈത്യമേഖലാ രാജ്യങ്ങളിലെ ആളുകൾ കഴിക്കുന്ന ഭക്ഷണം മാത്രമാണ് ഉപയോഗിക്കുന്നത്. അത്തരം ഭക്ഷണസാധനങ്ങളാകട്ടെ, കൂടുതലും പടിഞ്ഞാറ് നിന്ന് ടിന്നിലടച്ച രീതിയിൽ നല്ല വിലകൊടുത്ത് വാങ്ങിക്കുകയും വേണം. എങ്കിലും അത്തരം സാധനങ്ങളിലാണ് എല്ലാവർക്കും ഭ്രമം.

പോകപ്പോകെ ഒരു സത്യം ഞാനറിഞ്ഞു. എത്രയോ കാലങ്ങളായി ഞാൻ ശീലിച്ചുപോന്ന പാവ്ബജി, ദാൾ - ചാവൽപോലുള്ള നാടൻ വിഭവങ്ങൾ വിളമ്പുന്ന കടകൾ അപ്രത്യക്ഷമായിക്കൊണ്ടിരിക്കുന്നു. പകരം വളരെ കമനീയമായി അലങ്കരിച്ച വിലപിടിപ്പുള്ള പടിഞ്ഞാറൻ വിഭവങ്ങൾ മാത്രം വിളമ്പുന്ന സൂപ്പർ ഫുഡ്മാർട്ടുകളും ഹോട്ടലുകളും ധാരാളമായി വന്നുകൊണ്ടിരിക്കുകയും ചെയ്യുന്നു.

ലോകമാകെ വിശാലമായി തുറന്ന ഒരു ജനാധിപത്യച്ചന്തയാണെന്നും അതിനാൽ എല്ലാ ജനങ്ങൾക്കും ആ ചന്തയിലെ വിഭവങ്ങൾക്കർഹതയുണ്ടെന്നും പടിഞ്ഞാറൻ പൊലീസ് രാജ്യത്തിന്റെയും ശിങ്കിടി രാജ്യങ്ങളുടെയും അധികാരികളും നാട്ടുപ്രമാണികളും വിളിച്ച് കൂവിക്കൊണ്ടിരുന്നു. ഇവിടത്തെ അധികാരികളും പൗരപ്രമുഖരും കൈയടിയോടെ അത്തരം പ്രഖ്യാപനങ്ങൾ സ്വീകരിച്ചു. എന്നാൽ ചന്തയിൽ പടിഞ്ഞാറൻമാരുടെ വിഭവങ്ങൾ മാത്രമേ അവസാനം കച്ചവടം നടക്കുകയുള്ളൂ എന്നും എന്തു വിലകൊടുത്തും എല്ലാ ജനങ്ങളും അത് വാങ്ങിക്കേണ്ടിവരുമെന്നും ആരും പറഞ്ഞില്ല.

കടുത്ത തണുപ്പും ശുഷ്കഭക്ഷണവും എന്നെ ഈയിടെയായി വല്ലാതെ വലയ്ക്കുന്നുണ്ട്. എന്നാൽ ആരോട് പരാതിപ്പെടാൻ! ഭക്ഷണച്ചന്തയിലെ പുതിയ പുതിയ വിഭവങ്ങൾ ഉപയോഗിക്കാൻ മടി കാണിക്കുന്നവർക്ക് മാത്രമാണ് ദാരിദ്ര്യം. ഉപയോഗിക്കാൻ താല്പര്യമുണ്ടെങ്കിൽ അതിനുള്ള വഴികളും താനേ തുറന്ന് വരും എന്ന് രാജ്യത്തിന്റെ പ്രധാനമന്ത്രി ഒരു സ്വാതന്ത്ര്യദിന ടെലിവിഷൻ പ്രസംഗത്തിൽ ജനങ്ങളോട് പറഞ്ഞു. പുതിയ കാലയളവിലെ വിവേകപൂർവ്വമുള്ള ശബ്ദമാണ് അതെന്ന് പിറ്റേന്ന് പത്രങ്ങളിൽ വിശകലനങ്ങൾ കണ്ടു. പതിവായി പ്രാതൽ കഴിക്കുന്ന ചെറിയ ഭക്ഷണപ്പീടികയുടെ വാതിലുകൾ എന്നെന്നേക്കുമായി അടഞ്ഞിരിക്കുന്നു എന്ന സത്യം, വിശകലനങ്ങൾ

വായിച്ചപ്പോൾ വയറ്റിലുണ്ടായ ആന്തലിന്റെ നഖങ്ങളെ ഒന്നുകൂടി കൂർത്തതും ക്രൂരതയുള്ളതുമാക്കുന്നതായി വേദനയോടെ ഞാനറിഞ്ഞു.

കുറേ നാളുകൾക്ക് ശേഷം രാജ്യത്തെമ്പാടും നടക്കുന്ന ഒരു വാർത്ത ആഞ്ഞുവീശിത്തുടങ്ങി. പൈപ്പുകളിലൂടെ വരുന്ന ശുദ്ധജലം ഒട്ടും തന്നെ ശുദ്ധമല്ലെന്നും രാജ്യത്തിന്റെ ഭൂമിയിലുള്ള മിക്ക ജലസ്രോതസ്സുകളിലെയും വെള്ളം ഒരു വിധത്തിലും കുടിക്കാൻ യോഗ്യമല്ലെന്നുമുള്ള വാർത്ത. കുളിക്കാനും മറ്റ് ആവശ്യങ്ങൾക്കുമൊക്കെ ഈ വെള്ളമെല്ലാം ഉപയോഗിക്കാം. പക്ഷേ, കുടിക്കാൻ ഈ ജലം ഉപയോഗിക്കാതിരിക്കുക. മലവെള്ളപ്പാച്ചിൽപോലെ വെള്ളത്തിനെതിരെയുള്ള വാർത്തകളും ഉദ്ബോധനങ്ങളും എങ്ങും നിരന്നു. സർക്കാരിന്റെ ആരോഗ്യവിദഗ്ദ്ധന്മാരും പ്രമുഖ ചാനൽ - പത്ര മാധ്യമങ്ങളുമെല്ലാം കൂടി വെള്ളത്തിന്റെ അനാരോഗ്യവശങ്ങളെപ്പറ്റി ബോധവല്ക്കരണം നടത്തി.

കുടിവെള്ളത്തിന് പകരം പിന്നെന്ത് എന്ന ചോദ്യത്തിന് അവർ ഉത്തരവും നിർദ്ദേശിച്ചു. ശുദ്ധമായ കോളകൾ മാത്രം ഉപയോഗിക്കുക.

ശുദ്ധമായ കോളകൾ ഏതെന്ന് സംശയത്തിനിടയില്ലാത്തവിധം പടിഞ്ഞാറൻ പൊലീസ് രാജ്യത്ത് നിന്നുള്ള രണ്ട് കോളക്കമ്പനികൾ കേൾവിയിൽ കൂടിയും കാഴ്ചയിൽ കൂടിയും ഒരാൾക്കും നഷ്ടപ്പെടാത്ത രീതിയിൽ സർവ്വവ്യാപിയായി തങ്ങൾ നടത്തുന്ന പരസ്യങ്ങളിൽ ജനങ്ങളെ ബോധവല്ക്കരിച്ചു. ഒന്നുകിൽ 'സി' കോള അല്ലെങ്കിൽ 'പി' കോള. ഇവ രണ്ടിൽനിന്നും ഒരു തെരഞ്ഞെടുപ്പ് മാത്രം നിങ്ങൾ നടത്തിയാൽ മതി. ദാഹശമനം സംബന്ധിച്ച് 'സി' കോളയും 'പി' കോളയും അല്ലാത്തതൊന്നും പ്രസക്തമാകുന്നില്ല. ഈ രണ്ട് കോളകൾക്ക് മാത്രമേ നിങ്ങളുടെ ജീവൻ ഇനി നിലനിർത്താനാവൂ.

"ഇനി ജീവജലമില്ല, ജീവകോളമാത്രം.", "കോള കുടിക്കൂ ജീവൻ നിലനിർത്തൂ, ജീവിതം ആസ്വദിക്കൂ." ഉദ്ബോധനങ്ങൾ വർണ്ണാഭമായ പരസ്യങ്ങളിലൂടെ ജനങ്ങളെ മാടിവിളിച്ചു.

അങ്ങനെ, വെള്ളം കുടിക്കുക എന്നത് പറഞ്ഞറിയിക്കാനാവാത്ത വിധം മോശപ്പെട്ട ഒരു സാമൂഹിക തിന്മയായിത്തീരുകയായിരുന്നു.

എനിക്ക് കോളകളുടെ ഒരു പ്രത്യേക മധുരവും ചവർപ്പുമെല്ലാം പണ്ടേ അരുചികരമായി തോന്നിയിരുന്നു. എന്നിട്ടിപ്പോൾ ദാഹിക്കുമ്പോഴെല്ലാം അത് കുടിക്കേണ്ടിവരിക, എന്നു പറഞ്ഞാൽ....! അതും ദിവസവും നല്ലൊരു സംഖ്യ ചെലവാക്കി.

കോള കുടിച്ചാൽ തന്നെ ദാഹമൊട്ട് തീരുകയില്ല. കുടിച്ച് കഴിയുമ്പോഴും കുടിക്കുന്നതിന് മുമ്പത്തേക്കാൾ ഒരു പരവേശവും ശമനതൃഷ്ണയും വയറിലും മനസ്സിലും കത്തിപ്പിടിക്കുന്നു.

സേട്ടിന്റെ കടയിൽ മുമ്പ് തിളപ്പിച്ചാറിയ വെള്ളം വച്ചിരുന്നിടത്ത്

ഇപ്പോൾ കോള മാത്രം. കുടിക്കുന്ന കോളയുടെ പൈസ ശമ്പളത്തിൽനിന്ന് വെട്ടിക്കുറയ്ക്കുകയും ചെയ്യുന്നു.

ഞാൻ രണ്ടും കല്പിച്ച് വഴിയോരത്തെ പൈപ്പിൽനിന്ന് വരുന്ന വെള്ളം ദാഹിക്കുമ്പോഴൊക്കെ കുടിച്ചു തുടങ്ങി. എന്റെ ഈ പ്രവൃത്തി കണ്ട് സേട്ടു എന്നെ പലപ്രാവശ്യം അതിന്റെ മാരകസാദ്ധ്യതകളെക്കുറിച്ചൊക്കെ ഉപദേശിച്ചെങ്കിലും ഞാൻ ഒട്ടും പതറിയില്ല. പൈപ്പ് വെള്ളത്തിന്റെ ചുവ പണ്ടൊക്കെ അരുചികരമായി തോന്നിയിരുന്നു. എന്നാൽ ഇപ്പോൾ പൈപ്പ് വെള്ളത്തിലും മണ്ണിന്റെ ഉറവയുടെ ആശ്വസിപ്പിക്കുന്ന സ്വാദ് മാത്രം.

രാജ്യത്തെ ജനങ്ങളാകട്ടെ ഭൂരിപക്ഷവും കോളയുടെ ആരാധകർ തന്നെയാണ്. ഓരോരുത്തർക്കും 'സി' അല്ലെങ്കിൽ 'പി' കോളയോട് പ്രത്യേക മമതയുണ്ടാകുമെന്ന് മാത്രം രാജ്യത്തെ ജനങ്ങളെ മൊത്തമായി ഇങ്ങനെ വിഭജിക്കാമെന്നായി: ഒന്ന്, സി കോളയുടെ ആരാധകർ രണ്ട്, പി കോളയുടെ ആരാധകർ. ഏതെങ്കിലുമൊരു കോളക്കമ്പനിയുടേതല്ലാത്ത ഒരു സാമൂഹിക ആഘോഷവും രാജ്യത്ത് ഇല്ലാതായിത്തുടങ്ങി. ഞാൻ പണിയെടുക്കുന്നിടത്തും എന്റ മാളത്തിലും ഉള്ള സഹദാരിദ്ര്യവാസികളിൽ കുറെ പേരെങ്കിലും 'സി' അല്ലെങ്കിൽ 'പി' കോളയുടെ ആൾക്കാരാണ് തങ്ങളെന്ന് സ്വയം പ്രഖ്യാപിച്ചു. ആ കൂറ് പ്രഖ്യാപിക്കലിൽ സ്വയം ഒരാനന്ദവും അഭിമാനവും അവർ കണ്ടെത്തുന്നതായി തോന്നി. അവർക്ക് മാസത്തിലൊരിക്കൽപോലും മനഃസാക്ഷിക്കുത്തില്ലാതെ സ്വന്തം പൈസ മുടക്കി ഒരുകുപ്പി കോള വാങ്ങാനുള്ള വരുമാനമില്ലായിരുന്നിട്ടും!

രണ്ട് കോളക്കമ്പനികളും വെറുതെ കോള വില്ക്കുക മാത്രമായിരുന്നില്ല. രാജ്യത്തെ എല്ലാ ഉത്സവങ്ങളും പരിപാടികളും വിനോദമേളകളും അവരുടെ ആഭിമുഖ്യത്തിൽ നടത്തിത്തുടങ്ങി.

വെള്ളത്തിന് പകരം രണ്ട് പടിഞ്ഞാറൻ കോളകളിലൊന്ന് എന്ന നിലയിലേക്ക് ഇവിടത്തെ ജനത വളർന്നിരിക്കുന്നത് തീർച്ചയായും രാജ്യം കൈവരിച്ചിരിക്കുന്ന പുരോഗതിയുടെ അടയാളമായി വാഴ്ത്തുന്ന ലേഖനങ്ങളും നിരീക്ഷണങ്ങളും മാധ്യമങ്ങളിൽ നിറഞ്ഞു. ഒരു പ്രത്യേക പ്രസംഗത്തിൽ പ്രധാനമന്ത്രി പ്രഖ്യാപിച്ചു: "നമ്മുടെ രാജ്യം ഏതൊരു പടിഞ്ഞാറൻ രാജ്യത്തോടും കിടപിടിക്കത്തക്ക രീതിയിൽ വളർന്നിരിക്കുന്നു. ആഗോളവല്ക്കരണം എന്ന മഹത്തായ സ്വപ്നം മുൻനിർത്തി ഈ ദശകത്തിന്റെ ആരംഭം മുതല്ക്ക് നമ്മൾ സഞ്ചരിക്കുകയായിരുന്നു. എന്നാൽ പ്രിയപ്പെട്ടവരേ, ഒരു പടികൂടി കടന്ന് കൂടുതൽ മാധുര്യമിയന്ന, പ്രിയതരമായ ഒരു നേട്ടത്തിലാണ് നാം ഇന്ന് എത്തിനില്ക്കുന്നത്.

ആ നേട്ടം- എന്തെന്നോ! 'ആ കോളവല്ക്കരണം' അതെ, പ്രിയ

പ്പെട്ടവരെ, നമ്മൾ സമൃദ്ധിയുടെ 'ആ കോളവല്ക്കരണ' ത്തിലെത്തിക്കഴിഞ്ഞു. ഈ രാജ്യത്തെ ഓരോ പൗരന്റെയും ജീവരക്തമായി ആ കോളവല്ക്കരണം അനുസ്യൂതം എവിടെയും പ്രവഹിക്കുകയാണ്...."

മഹാനഗരമാകെ വീണ്ടുമൊരു മഹോത്സവ ലഹരിയിലാണ്. പുതു സഹസ്രാബ്ദത്തെ വരവേല്ക്കാനുള്ള ഒരുക്കങ്ങൾ. തെരുവുകളിൽ വാഹനങ്ങൾ ഇഞ്ചോടിഞ്ച് മത്സരിച്ച് നീങ്ങുന്നത്ര തിരക്ക്. ഇന്നത്തെ രാത്രിയിൽ മഹാനഗരം ഒരു പോള കണ്ണടയ്ക്കില്ലെന്ന് മേയർ പ്രഖ്യാപിച്ച് കഴിഞ്ഞിരിക്കുകയാണ്.

മൂന്നു ദിവസമായി നഗരത്തിലെ പൈപ്പുകൾ പൂർണ്ണമായി വറ്റിയിരിക്കുന്നത് ഈ ഉത്സവത്തിനിടയിൽ ആരും ചിന്തിക്കുന്നുപോലുമില്ലെന്ന് തോന്നുന്നു. എമ്പാടും കോളക്കമ്പനികൾ നടത്തുന്ന കാർണിവലുകളിൽ അലിഞ്ഞു ചേരാൻ മാത്രമാണ് ഏവരും വെമ്പൽ കൊള്ളുന്നത്. കുടിവെള്ളം എന്നേ വേണ്ടാതായവർക്ക് പൈപ്പിൽ വെള്ളമില്ലെന്നത് പ്രശ്നമേ ആകുന്നില്ലല്ലോ. തീർച്ചയായും ശൈത്യമേഖലാ രാജ്യമായതോടെ കുളിയൊക്കെ ചുരുങ്ങുകയും ശൗചകർമ്മങ്ങൾക്ക് ടോയ്‌ലറ്റ് പേപ്പറും പ്രചാരത്തിലാവുകയും ചെയ്ത സാഹചര്യത്തിൽ വെള്ളം ഒരവശ്യ വസ്തുവേയല്ല. ദാഹശമനത്തിനുപരിയായുള്ള ആവശ്യങ്ങൾക്കുള്ള വെള്ളം ജാസ്തി വിലയ്ക്ക് ടാങ്കറുകളിൽ സ്വകാര്യക്കമ്പനികൾ വിതരണം ചെയ്യുന്നുമുണ്ട്.

ഇടയ്ക്കിടെ ഇങ്ങനെ പൊതുപൈപ്പുകളിൽ വരുന്ന വെള്ളം അടുത്ത കാലത്തായി അപ്രത്യക്ഷമാകാറുണ്ട്. അപ്പോഴൊക്കെ സ്വകാര്യ ജലവിതരണക്കമ്പനികൾ രംഗത്തിറങ്ങാറുമുണ്ട്. ആർക്കും പരാതിയില്ല.

എന്നാൽ മൂന്ന് ദിവസമായി കുളിക്കാതിരുന്ന എനിക്ക് വൈകുന്നേരം സേട്ടുവിന്റെ കടയിൽ നിന്നിറങ്ങിയതും ഉടൻതന്നെ എവിടെയെങ്കിലും കഴുത്തറ്റം വെള്ളത്തിൽ മുങ്ങിക്കിടക്കണമെന്ന് കടുത്ത ആശ തോന്നി. എങ്ങനെയും മുഷിഞ്ഞുനാറിയ ഈ ശരീരത്തിൽനിന്ന് പുറത്ത് കടക്കാൻ ഞാൻ പരവേശപ്പെട്ടു. മെഴുക്കു പിടിച്ചിരിക്കുന്ന തൊലിയങ്ങ് ചീന്തിക്കളഞ്ഞാൽ നന്നായിരിക്കും.

നേരെ കടൽക്കരയിലേക്ക് വച്ചു പിടിച്ചു. തണുത്ത് വിറച്ചാലും വേണ്ടില്ല. കടലിലിറങ്ങി കുളിച്ചിട്ട് തന്നെ കാര്യം ഒപ്പം ഒരു കവിൾ ഉപ്പുരസമുള്ള കടൽ വെള്ളം കുടിച്ചാലും തരക്കേടില്ല. ഗതികേടുകൊണ്ട് കഴിഞ്ഞ ദിവസങ്ങളിൽ കോള മാത്രം കുടിച്ച് നാക്കാകെ പെരുത്തിരിക്കുന്നു.

കടൽക്കര തീരത്തും വിജനമായിരുന്നു. ഞാൻ മേൽവസ്ത്രങ്ങളെല്ലാം അഴിച്ചുമാറ്റി അണ്ടർവെയർ മാത്രം ധരിച്ച് വെള്ളത്തിലേക്കിറങ്ങി. പതുക്കെ ആഴമുള്ള ഭാഗത്തേക്ക് നീന്തി.

ഹേയ്, എന്താണ് വെള്ളത്തിന് വല്ലാത്തൊരു ചൂട്. കടൽക്കരയിൽ ആഞ്ഞുവീശുന്ന ശീതക്കാറ്റ് വെള്ളത്തിൽ അതികഠിനമായ തണുപ്പിനെക്കുറിച്ച് ആപൽസൂചന നല്കിയെങ്കിലും ഇത് നേരെ തിരിച്ചാണല്ലോ കാര്യം. കടലിനുള്ളിലേക്ക് കടക്കും തോറും ചൂട് ഭീകരമാകുകയാണ്. ചൂട് തന്നെയല്ല ഒരുതരം രൂക്ഷഗന്ധവും. ഈ ഗന്ധം! അതെ, വെടിമരുന്നിന്റെ ഗന്ധം...!

വർഷങ്ങൾക്കുമുമ്പ് മഹാനഗരത്തിൽ ആദ്യമായി കിട്ടിയ പണികളിലൊന്ന് ഒരു പടക്കനിർമ്മാണശാലയിലെ കണക്കപ്പിള്ളയുടേതായിരുന്നു. വെടിമരുന്നിന്റെ ഗന്ധം എനിക്ക് തെറ്റില്ല. ഞാൻ എന്നിട്ടും വെള്ളത്തിനടുത്തേക്ക് മൂക്ക് വിടർത്തിപ്പിടിച്ചു. സംശയമില്ല. വെടിമരുന്നിന്റെ ഗന്ധം തന്നെ...!

കൈക്കുമ്പിളിൽ വെള്ളം കോരിയെടുത്തു. അല്പം വായിലേക്കിറ്റിച്ചു. അടുത്ത നിമിഷം തന്നെ ഉച്ചത്തിലുള്ള ശബ്ദത്തോടെ ഛർദ്ദിച്ചു. നാലഞ്ച് വട്ടം ഓക്കാനിച്ചിട്ടാണ് വെള്ളത്തിന്റെ വൈകൃതം എന്റെ നാക്കിന്മേൽ അഴിച്ചുവിട്ട കലാപം ഒന്നടങ്ങിയത്.

വേഗംതന്നെ വെള്ളത്തിൽനിന്ന് പിൻവാങ്ങി മണൽപ്പരപ്പിൽ കയറി കുറേ നേരം കിടന്നു. ഇനി ഛർദ്ദിക്കാതിരുന്നാൽ മതിയായിരുന്നു. കുറേ നേരം അങ്ങനെ കിടന്നപ്പോൾ നാക്കിനും വയറിനും തെല്ല് ഒരയവ് തോന്നി.

ഒരുവേള ഈ ഭാഗത്ത് മാത്രം കടൽവെള്ളത്തിന് എന്തെങ്കിലും കുഴപ്പം സംഭവിച്ചതാകാം. മറ്റ് ഭാഗങ്ങളിൽ കുഴപ്പമില്ലെങ്കിലോ..... ഏതായാലും ഒന്ന് പരീക്ഷിക്കാം.

കുറേ ദൂരം കടൽക്കരയിലൂടെ നടന്ന് ഞാൻ വീണ്ടും കടലിലേക്കിറങ്ങി.

മുമ്പത്തേതിനേക്കാൾ രൂക്ഷമായ വെടിമരുന്ന് ഗന്ധവും ചൂടും കടൽവെള്ളത്തിന്......! ഞാൻ വീണ്ടും ഛർദ്ദിച്ചു.

കടലാകെ വെടിമരുന്നിന്റെ ഒരു മഹാരാശിയായിരിക്കുന്നു! എന്റെ ശരീരമാകെ കോച്ചിപ്പിടിക്കുകയും വേദനിക്കുകയും ചെയ്യുന്നു. ഒരിറ്റ് ശുദ്ധജലത്തിനായി ശരീരത്തിന്റെ ഓരോ അണുവും ഉച്ചത്തിൽ അലറിവിളിക്കുന്നു.

പെട്ടെന്ന് പടിഞ്ഞാറുനിന്ന് ഒരു ഊക്കൻ ശീതക്കാറ്റ് വീശി മണൽക്കൂനകൾ തന്നെ കാറ്റിൽ ഉയർന്ന് പൊങ്ങി അന്തരീക്ഷത്തിലാകെ കലങ്ങിമറിഞ്ഞു. പടിഞ്ഞാറൻ കാറ്റിൽനിന്ന് പുതിയൊരു അരോചക ഗന്ധം എന്റെ മൂക്കിലേക്കും തലച്ചോറിലേക്കും തുളച്ചുകയറി. മനുഷ്യച്ചോരയുടെ ഗന്ധം.

ചോരയുടെ മണവും വെടിമരുന്നിന്റെ ഗന്ധവും കെട്ടിവരിഞ്ഞ്

കാറ്റിൽ ആഞ്ഞ് വീശുകയാണ്.

എന്റെ ശരീരമപ്പാടെ വില്ല് പോലെ വളയുന്ന ഒരു ഛർദ്ദിയിലേക്ക് എടുത്തെറിയപ്പെട്ടു. ഛർദ്ദിയുടെ കൂറ്റൻ തിരമാലകൾ ഒന്നിന് പിന്നാലെ ഒന്നായി എന്നെ ചുഴറ്റിയെറിയുകയാണ്...

പൂർണ്ണവിധേയത്വത്തോടെ പടിഞ്ഞാറൻ കാറ്റിനും തിരമാലകൾക്കും ഞാൻ എന്റെ ശരീരത്തെ ഇതാ വിട്ടുകൊടുക്കുന്നു...

9 789387 842014

Printed by Libri Plureos GmbH in Hamburg,
Germany